മിട്ടുവിന്റെ ലോകം

mittuvinte lokam
children's novel

•

jessy narayanan

•

first edition
august 2013

•

second edition
february 2017

•

typesetting & published
chintha publishers, thiruvananthapuram

•

printed
repro india ltd, mumbai

•

cover
midas

•

illustration
haku

•

വിതരണം

ദേശാഭിമാനി ബുക്ക് ഹൗസ്
H O തിരുവനന്തപുരം-695 035
phone: 0471-2303026, 6063026
www.chinthapublishers.com
chinthapublishers@gmail.com

ബ്രാഞ്ചുകൾ

ഹെഡ്ഡാഫീസ് ബ്രാഞ്ച് കുന്നുകുഴി • ഓവർബ്രിഡ്ജ് തിരുവനന്തപുരം • കെ എസ് ആർ ടി സി ബസ് സ്റ്റേഷൻ ആലപ്പുഴ • കെ എസ് ആർ ടി സി ബസ് സ്റ്റേഷൻ എറണാകുളം • മച്ചിങ്ങൽ ലെയ്ൻ തൃശൂർ • ഐ ജി റോഡ് കോഴിക്കോട് • മാവൂർ റോഡ് കോഴിക്കോട് • എൻ ജി ഒ യൂണിയൻ ബിൽഡിങ് കണ്ണൂർ • സെൻട്രൽ ബസ് ടെർമിനൽ കോംപ്ലക്സ് താവക്കര കണ്ണൂർ

CR - 1578 / 4085
ISBN - 978-93-83432-01-1

മിട്ടുവിന്റെ ലോകം
(ബാലനോവൽ)

ജെസി നാരായണൻ

ചിന്ത പബ്ലിഷേഴ്സ്
തിരുവനന്തപുരം–695 035

ജെസി നാരായണൻ

മലപ്പുറം ജില്ലയിലെ നിലമ്പൂർ സ്വദേശി. ഇക്കണോമിക്സിൽ ബിരുദവും മലയാളസാഹിത്യത്തിൽ ബിരുദാനന്തര ബിരുദവും ജേർണലിസത്തിൽ ഡിപ്ലോമയും. *ദേശാഭിമാനിയിൽ* റിപ്പോർട്ടർ, *സ്ത്രീശബ്ദം* മാസികയുടെ അസിസ്റ്റന്റ് എഡിറ്റർ, *കുടുംബശ്രീ* മിഷനിൽ എഡിറ്റോറിയൽ അസിസ്റ്റന്റ്, *കലാകൗമുദി സ്നേഹി*തയുടെ സീനിയർ സബ് എഡിറ്റർ എന്നീ നിലകളിൽ പ്രവർത്തിച്ചു. ഇപ്പോൾ ആരോഗ്യവെബ്പോർട്ടലായ healthwatchmalayalam.com-ന്റെ സ്പെഷൽ കറസ്പോണ്ടന്റായി പ്രവർത്തിച്ചുവരുന്നു.

കൃതികൾ: *മാന്ത്രികക്കൂടാരത്തിലെ ഓർമകൾ (ഓർമ ക്കുറിപ്പുകൾ), ദൂർ കെ മുസാഫിർ (യാത്രാവിവരണം– വിവർത്തനം), മാത്തമാജിക്, കേരളത്തിലെ മുഖ്യമന്ത്രി മാർ, ഇ എം എസിലേക്കൊരു ജാലകം, നിയമപ്രകാരം, ആദ്യത്തെ കൺമണി (വൈജ്ഞാനികം).*

*മാന്ത്രികക്കൂടാരത്തിലെ ഓർമകൾ*ക്ക് 2010 ലെ അവ നീബാല പുരസ്കാരവും *എല്ലൊടിക്കുന്ന ഡബിൾഡ ക്കർ ഡ്രൈവിങ്* എന്ന റിപ്പോർട്ടിന് മികച്ച ജെന്റർ റിപ്പോർട്ടിങ്ങിനുള്ള 2012 ലെ ലാഡ്ലി മീഡിയ അവാർഡും ലഭിച്ചു.

വിലാസം: കുരിശുകുന്നിൽ, കവളമുക്കട്ട പി ഒ
          മലപ്പുറം ജില്ല–679 332
email   : jessynarayanan@gmail.com

ഒന്ന്

മാനത്തിനു കീഴെ ഒരായിരം പച്ചക്കുടകൾ നിവർത്തി നിൽക്കുന്ന റബ്ബർത്തോട്ടത്തിലൂടെ നടക്കുമ്പോൾ ആകാശം കറുത്തതും മേഘങ്ങൾ ഉരുണ്ടുകൂടിയതും മല്ലി അറിഞ്ഞില്ല. അവളുടെ ശ്രദ്ധ മുഴുവൻ കൈമടക്കിലെ തുണിക്കെട്ടിനുള്ളിൽനിന്ന് തല മാത്രം പുറത്തിട്ട് വഴിയോരക്കാഴ്ചകൾ കണ്ടിരിക്കുന്ന മിട്ടു

വിന്റെ ഉരുണ്ട കണ്ണുകളിലായിരുന്നു. എത്ര നോക്കിയിട്ടും ആ കുഞ്ഞിക്കണ്ണുകളിലെ കൗതുകം കണ്ട് അവൾക്കു മതിവരുന്നില്ല.

സെൽഫോണിൽ സംസാരിച്ചുകൊണ്ടു നടക്കുന്നതിനിട യിൽ മല്ലിയുടെ അമ്മ കാർത്തുവും തലയ്ക്കുമുകളിലെ കാറും കോളും കണ്ടില്ല.

പെട്ടെന്നാണ് കാറ്റ് ആർത്തിരമ്പിയെത്തിയത്. റബ്ബർമര ങ്ങളുടെ പച്ചത്തലപ്പുകളെ കാറ്റ് ചുറ്റിപ്പിടിച്ചപ്പോൾ എസ്റ്റേറ്റു മുഴുവൻ ഹുങ്കാരശബ്ദത്താൽ മുഖരിതമായി. മഴ പെയ്യുംപോലെ ഇലകൾ പെയ്തു. എവിടെനിന്നൊക്കെയോ മരങ്ങൾ അലറി വിളിച്ചുകൊണ്ട് മറിഞ്ഞുവീഴുന്നുണ്ട്. കാറ്റിന്റെ ഈ ഭീകരമുഖം അവൾ ആദ്യമായിട്ടാണ് കാണുന്നത്. തങ്ങളുടെ മുകളിലേക്ക് റബ്ബർമരങ്ങൾ കടപുഴകിവീഴുമോയെന്ന് അവൾ ഭയന്നു. കാർത്തു മല്ലിയെ ചേർത്തുപിടിച്ച് ഒരു മരച്ചുവട്ടിൽ ഒതുങ്ങി നിന്നു.

മഴക്കാലത്തിനു മുന്നോടിയായി പെട്ടിക്കവലയിലും കാറ്റ് വീശാറുണ്ടെങ്കിലും ഇങ്ങനെ ശബ്ദമില്ല. കാറ്റു വരുമ്പോൾ തങ്ങ ളുടെ കൊച്ചുകൂരകൾ പറന്നുപോകുമെന്ന ഭയത്തിൽ എല്ലാവരും വീടിനു പുറത്തിറങ്ങി നിൽക്കുകയാണ് പതിവ്. പക്ഷേ, ഇതു വരെ ഒരൊറ്റ കുടിലുപോലും കാറ്റെടുത്തിട്ടില്ല.

ഇവിടെ ആടിയുലയുന്ന മരങ്ങളാണ് ചുറ്റും. അഭയം തേടാൻ അടുത്തൊന്നും ഒറ്റ വീടുപോലുമില്ല. ഉറക്കെ നിലവിളിച്ചാൽ പ്പോലും ആരും കേൾക്കുകയില്ല. ജീവിതത്തിൽ ആദ്യമായിട്ടാണ് അവൾ ഒരു എസ്റ്റേറ്റ് നേരിൽ കാണുന്നത്. സിനിമയിൽ കാണു ന്നതിനേക്കാളൊക്കെ എത്രയോ വിശാലമാണ് ഈ റബ്ബർത്തോ ട്ടമെന്ന് മല്ലിക്കു ബോധ്യപ്പെട്ടു. നടുക്കടലിൽ കുടുങ്ങിയ പായ്ക്ക പ്പലുപോലെയാണ് ഈ തോട്ടത്തിനു നടുവിൽ താനും അമ്മയും നിൽക്കുന്നതെന്ന് അവൾക്കു തോന്നി.

ഇരുകൈകളും കൂപ്പി മല്ലി അവൾക്കറിയാവുന്ന ദൈവങ്ങ ളെയൊക്കെ വിളിച്ചു. കാർത്തു എല്ലാ ദൈവങ്ങളെയും ഉറക്കെ വിളിച്ചുകൊണ്ടിരുന്നു.

മരത്തലപ്പുകളിൽനിന്ന് കാറ്റിന്റെ പിടി അൽപ്പമൊന്നയഞ്ഞു. അപ്പോഴേക്കും അതാ ആയിരക്കണക്കിനു തുമ്പിക്കൈകൾ പച്ച

ക്കുടകൾ ഭേദിച്ച് ഭൂമിയിലേക്ക്. കാർത്തു മല്ലിയെ ചേർത്തുപിടിച്ച്
തന്റെ സാരിത്തുമ്പുകൊണ്ടു പുതപ്പിച്ചു.

"വേനൽമഴയാണ്. അതാണിത്ര ശക്തി. ഇത് പെട്ടെന്ന് ശമി
ച്ചോളും." കാർത്തു മല്ലിയെ ആശ്വസിപ്പിക്കാനായി പറഞ്ഞു.

അവനാകെ നനയും."

"അതിലിട്ടാൽ അവനു ശ്വാസംമുട്ടൂലേ മല്ലീ. "

"അര മണിക്കൂർ നേരം ശ്വസിക്കാനുള്ള വായു ഇതിലുണ്ടെ
ന്നാണല്ലോ ചേച്ചി പറഞ്ഞിട്ടുള്ളത്."

കാർത്തു പെട്ടെന്ന് നിശ്ശബ്ദയായി. അവർ സാരിത്തുമ്പു
കൊണ്ട് കണ്ണുകൾ അമർത്തിത്തുടയ്ക്കുന്നത് മല്ലി കണ്ടു.
ചേച്ചിയെ കാണാതായശേഷം ഇന്നേവരെ അമ്മ ചിരിച്ചുകണ്ടി
ട്ടില്ല. ചേച്ചിയെക്കുറിച്ച് ഓർക്കുമ്പോഴെല്ലാം അമ്മ കരയും.
അപ്പോൾ മല്ലിക്കും കരച്ചിൽ വരും. എട്ടു കൊല്ലത്തോളം മാജിക്
കമ്പനിയിൽ സഹായിയായിരുന്നു മല്ലിയുടെ ചേച്ചി കസ്തൂരി.

അവളുടെ ഏകസമ്പാദ്യമാണ് ആ മാജിക് ബാസ്കറ്റ്.

മിട്ടുവിനെയുംകൊണ്ടുള്ള ഈ യാത്രയിൽ ആ ബാസ്കറ്റ് മല്ലിക്കു ശരിക്കും പ്രയോജനപ്പെട്ടു. അവൻ മഴ നനയാതെ അതി നകത്ത് സുഖമായി ചുരുണ്ടുകിടന്നു.

അതിനിടയിൽ കാർത്തുവിന്റെ സെൽഫോൺ ബെല്ലടിച്ചു. ബംഗ്ലാവിൽനിന്നുള്ള കോളാണെന്ന് മല്ലിക്കു മനസിലായി. മഴ യുടെ ഇരമ്പലിനിടയിൽ കാർത്തുവിന് ഒന്നും മനസിലായില്ല. എവിടെയെത്തിയെന്നു പറയാനും അവർക്കാവുന്നില്ല. ഏജന്റ് പറഞ്ഞുകൊടുത്ത അടയാളങ്ങൾ പ്രകാരം പറങ്കിമാന്തോട്ടവും കലിങ്കും പിന്നിട്ട് അവർ എസ്റ്റേറ്റിൽ പ്രവേശിച്ചതേയുണ്ടായിരു ന്നുള്ളൂ. രണ്ടു കിലോമീറ്റർ നടക്കുമ്പോൾ റാട്ടപ്പുരയെത്തുമെ ന്നാണ് പറഞ്ഞിട്ടുള്ളത്. അവിടെനിന്നു നോക്കിയാൽ കുന്നിനു മുകളിലുള്ള ബംഗ്ലാവ് കാണാമത്രേ.

മഴയുടെ ശക്തി അൽപ്പം കുറഞ്ഞപ്പോൾ അവർ മെല്ലെ നടന്നു തുടങ്ങി. മഴ ശമിച്ചെങ്കിലും റബ്ബർത്തോട്ടം ഇരുട്ടടച്ചു കിടന്നു. ഉടുപ്പാകെ നനഞ്ഞതിനാൽ മല്ലിക്കു കുറേശ്ശെ വിറ യ്ക്കുന്നുണ്ടായിരുന്നു. എങ്കിലും പുതുമണ്ണിന്റെ ഗന്ധമുയരുന്ന വിജനമായ തോട്ടത്തിലൂടെ നടക്കാൻ അവൾക്കു നല്ല രസം തോന്നി. അവൾ ബാസ്കറ്റു തുറന്ന് മിട്ടുവിനെ സ്വതന്ത്രനാക്കി. ഒന്ന് നീണ്ടുവലിഞ്ഞ് നടു നിവർത്തിയശേഷം അവൻ ഉത്സാ ഹത്തോടെ അവർക്കൊപ്പം നടന്നു.

രണ്ട്

'വൃന്ദാവൻ ബംഗ്ലാവ്' എന്ന് ആലേഖനം ചെയ്ത കൂറ്റൻ ഇരുമ്പുഗെയിറ്റ് ഇരുവശത്തേക്കും തുറക്കപ്പെട്ടു. തുറന്നുപിടിച്ച

ഗെയിറ്റിന്റെ ഒരു പാളിക്കുപിന്നിൽ തൊപ്പിപ്പാള വച്ച കറുത്തു മെല്ലിച്ച ഒരു കിഴവൻ. റബ്ബർക്കര ഒട്ടിപ്പിടിച്ച് ചുരുണ്ടുകൂടിയ ഒറ്റമുണ്ടും തോളിൽ ഒരു വെള്ളത്തോർത്തുമാണ് വേഷം. മുറുക്കിച്ചവച്ചുകൊണ്ട് കിഴവൻ കാർത്തുവിനെയും മല്ലിയെയും സൂക്ഷിച്ചുനോക്കി.

"ഓർക്കാപ്പൊറത്തൊരു മഴ... ഇല്ലേടീ മോളേ. വരാന്തേലോട്ടു കയറിക്കോ." താഴെവരിയിൽ മാത്രം പല്ലുകളുള്ള കിഴവൻ മല്ലിയെ നോക്കിച്ചിരിച്ചുകൊണ്ടു പറഞ്ഞു.

"നിന്റെ പേരെന്താടി കൊച്ചേ?"

കിഴവൻ ചോദിച്ചു.

മല്ലി അമ്മയുടെ മുഖത്തേക്കൊന്നു നോക്കി.

"പേരു പറയ്" കാർത്തു അവളുടെ തോളിൽ തട്ടിക്കൊണ്ടു പറഞ്ഞു.

"മല്ലിക."

"മല്ലീന്ന് വിളിക്കും." കാർത്തു കൂട്ടിച്ചേർത്തു.

"ഹാ–കൊള്ളാമല്ലോ. മല്ലീടെ ഒരു കൊറവുംകൂടിയേ ഒണ്ടായിരുന്നൊള്ളൂ. മൊളക് ഇവിടെ ഇഷ്ടംപോലുണ്ട്. നല്ല എരിവുള്ള കാന്താരിയാ. കരണം പൊട്ടാൻ ഒറ്റ ഒരെണ്ണം മതി."

മുറുക്കാൻ ചവയ്ക്കുന്നതിനിടയിൽ കക്കക്കൊക്കൊന്ന് ചിരിച്ചുകൊണ്ട് കിഴവൻ പറഞ്ഞു.

കാർത്തുവും മല്ലിയും ആ തമാശകേട്ട് പാതി മനസിലാവാത്തപോലെ നിന്നു. ചിരിക്കാൻവേണ്ടി പറഞ്ഞതാണെങ്കിലും രണ്ടുപേർക്കും ചിരി വന്നില്ല.

എവിടെയോ അദൃശ്യനായിരുന്ന് ഒരു ആൾസേഷ്യൻനായ കുരച്ചതുകേട്ട് മല്ലി ഞെട്ടി. അവളുടെ കയ്യിലിരുന്ന ബാസ്കറ്റിന കത്തിരുന്ന് മിട്ടു ഒന്നനങ്ങി. അവൾ ബാസ്കറ്റ് നെഞ്ചോടു ചേർത്തു പിടിച്ചു. ആൾസേഷ്യന്റെ കുര കുന്നുകളിൽ തട്ടി പ്രതിധ്വനിക്കുന്നതിന്റെ മുഴക്കം.

അവർ നനഞ്ഞൊട്ടിയ വസ്ത്രങ്ങളുമായി വരാന്തയിൽ കയറി ഒതുങ്ങിനിന്നു. തോളിൽ തൂക്കിയിരുന്ന വലിയ ബാഗ് താഴെ ഇറക്കിവച്ചതിന്റെ ആശ്വാസത്തോടെ കാർത്തു കിഴവനെ

നോക്കി.

"ഞാൻ പൈലി. പൈലിപാപ്പനെന്നാണ് ഇവിടെ എല്ലാരും വിളിക്കുന്നത്. ഇവിടുത്തെ വാച്ചറാ."

മല്ലിയുടെയും കാർത്തുവിന്റെയും നനഞ്ഞൊട്ടിയ വസ്ത്രങ്ങളിലേക്കു നോക്കിയിട്ട് പൈലി ബംഗ്ലാവിന്റെ വരാന്തയിലേക്കു വേഗത്തിൽ നടന്നു.

മുറ്റത്തെ ചരൽമണ്ണിൽ മഴ പെയ്തതിനുശേഷം മരം പെയ്യു

ന്നതിന്റെ 'ചൊ ചൊ' എന്ന ശബ്ദത്തിന് കാതോർത്തുകൊണ്ട് അവർ അനങ്ങാതെ നിന്നു.

അമ്മ പറഞ്ഞിട്ടും മല്ലി ബാസ്കറ്റ് നിലത്തുവയ്ക്കാൻ കൂട്ടാ ക്കിയില്ല. മിട്ടു ഉണർന്നാലോ. അവൻ നിലവിളിച്ചാൽ ആൾസേ ഷ്യൻ അറിയും. ആ ഭീമൻ നായ പാഞ്ഞുവന്ന് കുഞ്ഞ് മിട്ടു വിനെ കടിച്ചുതൂക്കിയെടുത്ത് ഒറ്റക്കുടച്ചിലായിരിക്കും. വേണ്ട, അവനെ തൽക്കാലം ആരും കാണണ്ട. അവൾ ബാസ്കറ്റ് ഒന്നു കൂടി മാറോടു ചേർത്തുപിടിച്ചു.

കാർത്തു ബാഗിൽനിന്ന് ഒരു തോർത്തുമുണ്ടെടുത്ത് മല്ലി യുടെ തല തുവർത്തിക്കൊടുത്തു. അവൾ നന്നായി കിടുകിടു ക്കുന്നുണ്ടായിരുന്നു. തന്റെയും മല്ലിയുടെയും നനഞ്ഞ വസ്ത്ര ങ്ങൾ മാറ്റാൻ വല്ല വഴിയും ഉണ്ടോയെന്നു കാർത്തു നോക്കി. വരാന്തയിൽനിന്നു വസ്ത്രം മാറ്റുന്നത് പന്തിയല്ല. പക്ഷേ, മല്ലി വിറയ്ക്കുന്നതു കണ്ടപ്പോൾ കാർത്തുവിന് സഹിക്കാനായില്ല. അവൾ ബാഗിൽനിന്ന് ഒരു പെറ്റിക്കോട്ടെടുത്തു. ആരും വരു ന്നില്ലെന്ന് ഉറപ്പുവരുത്തിയശേഷം നനഞ്ഞ ഉടുപ്പു മാറ്റി പകരം പെറ്റിക്കോട്ടിടുവിച്ചു.

എസ്റ്റേറ്റിൽ ഇരുട്ടു പരക്കാൻ തുടങ്ങി. ദിഗന്തങ്ങൾ മുഴക്കി ക്കൊണ്ട് ആൾസേഷ്യൻ കുരച്ചുകൊണ്ടേയിരുന്നു.

മൂന്ന്

ഒരു ഹൈഹീൽച്ചെരുപ്പിന്റെ മടമ്പടിക്കുന്ന ശബ്ദം അടുത്ത ടുത്തുവരുന്നത് കാർത്തുവും മല്ലിയും കേട്ടു. അവർ ആകാംക്ഷ യോടെ തിരിഞ്ഞുനോക്കി. ജീൻസും ഷോട്ട്ടോപ്പുമിട്ട ഒരു പെൺ രൂപം അടുത്തേക്കു വരുന്നു. രണ്ടുപേരും ഭവ്യതയോടെ നിന്നു.

"ഛാഹാ, തുണിയെല്ലാം നനഞ്ഞല്ലോ, കൊടേം വടീയൊന്നു മെടുക്കാതെയാണോ എറങ്ങീത്? ഇവളേതാ?"

കൊച്ചമ്മയുടെ ഇടിനാദംപോലുള്ള ശബ്ദംകേട്ട് മല്ലി ഒന്നു നടുങ്ങി. എന്തൊരു ചോദ്യാ ഇത്. അവൾ അമ്മയുടെ പിന്നി ലേക്കു നീങ്ങിനിന്നുകൊണ്ട് ഒളികണ്ണിട്ടുനോക്കി. വെളുത്ത് തടി ച്ചുരുണ്ട ആ സ്ത്രീരൂപത്തെ അവൾ തന്റെ കണ്ണുകൾകൊണ്ട് അടിമുടിയുഴിഞ്ഞു. പല നീളത്തിലായി ക്രോപ്പ് ചെയ്ത മുടി ഷോൾഡറിൽ ചിതറിക്കിടക്കുന്നു. മുറുക്കിയൊലിപ്പിച്ചതുപോ ലുള്ള ചുണ്ടുകൾ.

"ഇതെന്റെ മോളാ. ഏജന്റിനോട് എല്ലാം പറഞ്ഞിരുന്ന താണ്." കാർത്തു പരുങ്ങിക്കൊണ്ടു പറഞ്ഞു.

"ഏജന്റ് അത്തരം കാര്യങ്ങളൊന്നും പറഞ്ഞിട്ടില്ല. കുശ്നി പ്പണി നന്നായറിയാവുന്ന ഒരാളാണെന്നു മാത്രം പറഞ്ഞു. ഏതാ യാലും ആ വെറകുപെരേപ്പോയി തുണി മാറീട്ടു വാ." പരുക്കൻ സ്വരത്തിൽ കൊച്ചമ്മ ആജ്ഞാപിച്ചു.

കാർത്തു ബാഗുമായി പുറംവരാന്തയിലൂടെ വിറകുപുര
യിലേക്കു നടന്നു. പിന്നാലെ മല്ലിയും.

"ആരെങ്കിലും വരുണോന്ന് നോക്കണേടീ" കാവലാളായി
മല്ലിയെ പുറത്തു നിർത്തിക്കൊണ്ട് വാതിലില്ലാത്ത വിറകുപുര
യിൽ നിന്ന് കാർത്തു സാരി
മാറിയുടുത്തു.

അക്കരെ കുന്നിൽനിന്ന്
ആർത്തലച്ചുകൊണ്ട് ഒരു
റബ്ബർമരം കടപുഴകിവീഴുന്ന
ശബ്ദം കേട്ട് മല്ലി പേടിച്ചു.

കാർത്തു വിറകുപുര
യിൽനിന്ന് പെട്ടെന്നു
പുറത്തു ചാടി.

"എന്താടീ ആ കേട്ടത്?"

"മരം വീണതാണെന്നാ
തോന്നണേ" മല്ലി ശബ്ദമട
ക്കിക്കൊണ്ടു പറഞ്ഞു.

അവർ വീണ്ടും ബംഗ്ലാ
വിന്റെ വരാന്തയിൽ ചെന്നു
നിന്നു.

"വന്നു കേറീല, അപ്പ
ളേക്കും അതേ കെടക്കുന്നു
ദുഷ്ടകുനം!"

ബംഗ്ലാവിനുള്ളിൽനിന്ന്
കേട്ട ആ കൊള്ളിവാക്ക്
കാർത്തുവിന്റെ നെഞ്ചിൽ
വന്നു തറച്ചു.

മല്ലിയുടെ ചിന്ത മുഴു
വൻ അപ്പോൾ മിട്ടുവിന്റെ
കാര്യത്തിലായിരുന്നു.
പാവം! മിട്ടുവിനിപ്പോൾ

നന്നായി വിശക്കുന്നുണ്ടാവും. പാവം ശ്വാസംപിടിച്ചിരിക്കുകയയാ
ണ്. മാജിക് ബാസ്കറ്റിനുള്ളിൽനിന്ന് മിട്ടുവിന്റെ നേരിയ ഞര
ക്കം കേട്ടപ്പോൾ മല്ലിയുടെ വിഷമം ഒന്നുകൂടി ഏറി. അവൾ
ബാസ്കറ്റിന്റെ മൂടി തുറക്കാൻ ശ്രമിക്കുന്നതു കണ്ടപ്പോൾ
കാർത്തു ഒച്ചയടക്കിപ്പറഞ്ഞു:

"കൊച്ചമ്മ കലികൊണ്ടു നിക്ക്വാണ്. ഇനി ഇതൂടെ കണ്ടാൽ
മതി. മല്ലീ നീയതിനെ ആ കാട്ടിൽ വിട്. നമ്മള് കൊണ്ടുവന്നൂ
ന്നറിയണ്ട."

"വെശന്നിട്ട് കരയ്ണതാണമ്മേ, ഞാൻ ബിസ്കറ്റ് കൊടു
ത്തോളാം." അവൾ തന്ത്രത്തിൽ ഒന്നുരണ്ടു ബിസ്കറ്റെടുത്ത്
ബാസ്കറ്റിലേക്കിട്ടുകൊടുത്തു. മിട്ടു വീണ്ടും നിശ്ശബ്ദനായി.

മല്ലിക്കും നന്നായി വിശക്കുന്നുണ്ടായിരുന്നു. കൊച്ചമ്മ
വിളിച്ച് അകത്തു കയറ്റിയിട്ട് എന്തെങ്കിലും തരുമെന്ന പ്രതീക്ഷ
യിൽ അവൾ ക്ഷമിച്ചിരുന്നു.

ബംഗ്ലാവിനെ ഇരുട്ട് വിഴുങ്ങാൻ തുടങ്ങി. പൈലി ഒരു വലിയ
പെട്രോമാക്സ് കത്തിച്ച് വരാന്തയിൽ തൂക്കി. അകത്തെ മുറിക
ളിൽനിന്ന് മെഴുകുതിരികളുടെ മങ്ങിയ പ്രകാശം.

"ഇവിടെ ഒരു കാറ്റും മഴേം വന്നാപ്പിന്നെ മൂന്നാലു ദേവസ
ത്തേക്ക് കറണ്ടില്ല." പൈലി കാർത്തുവിനോടും മല്ലിയോടുമായി
പറഞ്ഞു.

"പൈലീ, അവരോട് അടുക്കളേപ്പോയി വല്ലതുമെടുത്ത് കഴി
ക്കാൻ പറഞ്ഞേക്ക്. എന്നിട്ട് ആ പട്ടിക്കൂടൊന്നു കഴുകിയിടാൻ
പറയണേ... കെടക്കാനാവുമ്പൊ സ്റ്റോക്കുറൂമിൽ പായിട്ടുകൊടു
ത്തേക്ക്."

രാവിലത്തെ പുട്ടുകഷണവും കടലക്കറിയുമായിരുന്നു അടു
ക്കളയിൽ അവരെ കാത്തിരുന്നത്. കറി അൽപ്പം ചളിച്ചിരുന്നെ
ങ്കിലും വിശപ്പു കാരണം അവർക്കത് നിവേദ്യമായി തോന്നി.

എസ്റ്റേറ്റിലെ ജോലിക്കാർ പടികയറിപ്പോകുന്നതു കണ്ടപ്പോ
ഴാണ് നേരം സന്ധ്യയായെന്ന കാര്യം മല്ലിക്കു മനസിലായത്.
റബ്ബർമരങ്ങൾക്കിടയിലൂടെ അവൾ ആകാശത്തേക്കു നോക്കി.
സൂര്യന്റെ രശ്മിപോലും കാണാനില്ല. സൂര്യോദയവും അസ്തമ

നവുമില്ലാത്ത ലോകത്താണ് തങ്ങൾ എത്തിയിരിക്കുന്നതെന്ന ചിന്ത അവളിൽ നൊമ്പരമുണ്ടാക്കി. പെട്ടിക്കവെലയിലാണെങ്കിൽ കടലിലേക്കു ചായുന്നതുവരെ സൂര്യനെ കാണാം. സന്ധ്യ ക്കാണ് പെട്ടിക്കവെല കൂടുതൽ സജീവമാവാറ്. അതുകൊണ്ടാവാം ബംഗ്ലാവിലെ വിജനത അവളെ നിരാശപ്പെടുത്തിയത്.

പെട്ടിക്കവെല ഒരു കൊച്ചു പട്ടണമാണ്. റോഡിന് ഇരുവശ വുമായി നിരനിരയായി കുറേ പഴയ പീടികക്കെട്ടിടങ്ങൾ. അതി നടുത്ത് നായ്ക്കൾ കയറിനിരങ്ങുന്ന വെയിറ്റിങ് ഷെഡ്ഡ്. നിര യായി കിടക്കുന്ന പത്തുപതിനഞ്ച് ഓട്ടോറിക്ഷകൾ. പകൽ ഏറ ക്കുറെ മയങ്ങിക്കിടക്കുന്ന പെട്ടിക്കവെലയിൽ സന്ധ്യക്ക് രണ്ടു മൂന്ന് മീൻവണ്ടികളെത്തുന്നതോടെ ബഹളമയമാകും. സന്ധ്യ യ്ക്ക് തെരുവുവിളക്കുകൾ കത്താൻ തുടങ്ങുമ്പോഴാണ് അവ രുടെ വരവ്. അയില, മത്തി, പാര, ചൂര....ഇങ്ങനെ ഓരോ തരം മീനുകളുടെ പേരുകൾ വിളിച്ചുപറഞ്ഞുകൊണ്ട് മീൻകച്ചവടക്കാർ പട്ടണവാസികളെയെല്ലാം ഉണർത്തും. പെട്ടിക്കവെലയിലെ പീടി കപ്പുരകളുടെ പിന്നിലുള്ള പുറംപോക്കിൽ പത്തിരുപതു കൊച്ചു കുടിലുകളുണ്ട്. അതിലൊന്നാണ് മല്ലിയുടെ വീട്. അമ്മയും ചേച്ചിയും മല്ലിയുമടങ്ങുന്ന കൊച്ചുവീട്ടിലേക്ക് മിട്ടുവിന്റെ അമ്മ കൊടിച്ചി വന്നുകയറിയതും ഇതുപോലൊരു പെരുമഴയത്തായി രുന്നുവെന്ന് മല്ലി ഓർത്തു.

കാർത്തു പട്ടിക്കൂടു കഴുകാനായി ബക്കറ്റും ചൂലുമെടുത്ത് നടന്നു. അമ്മയെ കാത്ത് മല്ലി വരാന്തയിൽ നിന്നു. എന്തായാലും ആ കൊച്ചമ്മ ഒരു ഭയങ്കരിതന്നെയെന്ന് അവൾക്കു തോന്നി. യാത്ര ചെയ്തു ക്ഷീണിച്ചുവന്ന അമ്മയോട് ഈ സന്ധ്യക്കു പട്ടിക്കൂട് കഴുകാൻ പറഞ്ഞ അവർ നാളെ നേരം വെളുക്കു മ്പോൾ ഈ ബംഗ്ലാവു മുഴുവൻ കഴുകാൻ പറയുമെന്നുറപ്പ്. അതിനുപുറമേ കുശ്നിപ്പണികൂടിയാവുമ്പോ എന്റെ അമ്മയുടെ നടുവൊടിഞ്ഞതുതന്നെ. വരാനിരിക്കുന്ന ദുരിതങ്ങളോരോ ന്നായി മല്ലി മനസിൽ വരച്ചിട്ടു.

ബംഗ്ലാവിനു ചുറ്റും ഇരുട്ട് കട്ടപിടിക്കാൻ തുടങ്ങിയിരുന്നു. ഇരുട്ടിൽ മിന്നാമിനുങ്ങുകൾ താഴുന്നതും പൊങ്ങുന്നതും കണ്ട

പ്പോൾ മല്ലിക്കു വല്ലാത്ത കൗതുകം. പെട്ടിക്കവലയിലെ രാത്രി കൾക്ക് ഇത്ര കനത്ത ഇരുട്ടില്ല. തെരുവുവിളക്കിന്റെ വെളി ച്ചത്തിൽ രാത്രിയുടെ മുഴുവൻ ഭാവവും അവൾ ഇതുവരെ കണ്ടി ട്ടില്ലെന്നു വേണം പറയാൻ. മിന്നാമിന്നുകളെക്കുറിച്ച് ഏതോ കഥയിൽനിന്നു കേട്ട അറിവേ അവൾക്കുള്ളൂ.

പിന്നിലൊരു ചൂട്ടും മിന്നിച്ചുകൊണ്ടുപോകുന്ന ജീവിയുടെ പേരെന്താണെന്ന് ആരോ ചോദിച്ചപ്പോൾ ഉത്തരമറിയാതെ താൻ അന്തംവിട്ടു നിന്ന കാര്യം അപ്പോൾ അവൾക്കോർമവന്നു. അന്നാണ് മിന്നാമിനുങ്ങിനെക്കുറിച്ച് അവൾ കൂടുതൽ മനസി ലാക്കിയത്. സാങ്കൽപ്പികമെന്ന് കരുതിയിരുന്ന ആ മിന്നാമിനു ങ്ങുകൾ ഇപ്പോൾ തന്റെ ചുറ്റും തലങ്ങും വിലങ്ങും മിന്നിത്തെ ളിയുന്നു.

മണ്ണിലെ നക്ഷത്രങ്ങളായ ആ മിന്നാമിനുങ്ങുകളിൽ ഒരെ ണ്ണത്തിനെ പിടികൂടണമെന്നൊരു മോഹം മല്ലിയുടെ മനസിലു ദിച്ചു. പക്ഷേ, അവൾ എത്ര പരിശ്രമിച്ചിട്ടും അവറ്റകൾ അവളുടെ കൈക്കുമ്പിളിൽനിന്ന് വഴുതിമാറി.

ഈ മിന്നാമിനുങ്ങുകളൊക്കെ ഇരുട്ടുതപ്പിക്കൊണ്ട് പോകു ന്നത് എങ്ങോട്ടാണ്? പകൽ ഇവർ എവിടെയായിരുന്നു? അവ രുടെ പിന്നിൽ മിന്നുന്ന കുഞ്ഞുബൾബുകൾ എങ്ങനെ കിട്ടിയ താണ്?...... മല്ലിയുടെ മനസിൽ നൂറുനൂറു ചോദ്യങ്ങൾ പിറന്നു വീണുകൊണ്ടിരുന്നു.

വൃന്ദാവൻ ബംഗ്ലാവിന്റെ കൂറ്റൻ ഗെയിറ്റ് അടയുന്നതിന്റെ അലർച്ച കേട്ടപ്പോഴാണ് അവൾ ചിന്തയിൽനിന്നുണർന്നത്. കൈയിൽ ചൂലും ബക്കറ്റുമായി കാർത്തു വരാന്തയിലൂടെ നടന്നു വരുന്നത് പെട്രോൾ മാക്സിന്റെ മങ്ങിയ വെളിച്ചത്തിൽ മല്ലി കണ്ടു.

ബംഗ്ലാവിലെ വിളക്കുകൾ ഒന്നൊന്നായി കണ്ണടച്ചു തുടങ്ങി. അടുക്കളയോടു ചേർന്ന സ്റ്റോർറൂമിലെ ഒഴിഞ്ഞ ഭാഗത്ത് കാർത്തു തഴപ്പായ വിരിച്ചു. മുറിയുടെ മൂലയിൽ ഒളിപ്പിച്ചുവച്ച മാജിക്ബാസ്കറ്റിൽനിന്ന് മിട്ടുവിനെ എടുത്ത് മല്ലി ഒരു ചണ ച്ചാക്കു കഷണം വിരിച്ച് അതിൽ കിടത്തി. പാതിമയക്കത്തിലാ യിരുന്ന അവൻ അപ്പോൾത്തന്നെ ചുരുണ്ടുകൂടി കണ്ണുകളടച്ചു.

മല്ലി മിന്നാമിനുങ്ങുകളെക്കുറിച്ച് കാർത്തുവിനോട് ഓരോന്ന് ചോദിച്ചുകൊണ്ടിരുന്നു. പിന്നെപ്പിന്നെ മല്ലിയുടെ ചോദ്യങ്ങൾ ക്കെല്ലാം മറുപടി മൂളൽ മാത്രമായി.

അമ്മ ഉറങ്ങിയെന്നു മനസിലായപ്പോൾ മല്ലിയും കണ്ണുകൾ പൂട്ടി. മിന്നാമിന്നുങ്ങുകൾ അവളുടെ മിഴികൾക്കു ചുറ്റും നൃത്തം വച്ചു തുടങ്ങി. പിന്നെ അവ ആകാശത്തേക്ക്, നക്ഷത്രങ്ങളുടെ അടുത്തേക്ക് പറന്നുപോയി. വെളിച്ചത്തിന്റെ കണികകളെല്ലാം അപ്രത്യക്ഷമായതോടെ ഇരുട്ടിൽ ഒരു വലിയ ഗുഹ വാപിളർന്നു നിൽക്കുന്നതായി മല്ലി കണ്ടു. ഏതോ പ്രേരണയാൽ അവൾ ഗുഹയ്ക്കുള്ളിലേക്കു പ്രവേശിച്ചു. കുറേച്ചെന്നപ്പോൾ ദൂരെ ഒരു വെളിച്ചം കണ്ടു. അവൾ വെളിച്ചത്തിനടുത്തേക്ക് മെല്ലെ നടന്നു. ആ വെളിച്ചം ക്രമേണ വലിയൊരു വെള്ളിക്കൊരമായി വളർന്നു. കൊട്ടാരമുറ്റത്ത് സർവാഭരണവിഭൂഷിതരായ രാജകുമാരന്മാരും മന്ത്രിമാരും പടത്തലവന്മാരും വട്ടമിട്ടിരിക്കുന്നു. അതിനു നടു വിൽ തിളങ്ങുന്ന പട്ടുകുപ്പായമണിഞ്ഞ് ഒരു അപ്സരസുന്ദരി നൃത്തമാടുകയാണ്. അവൾ സൂക്ഷിച്ചുനോക്കി. ക്സതൂരിചേച്ചി യുടെ അതേ മുഖഛായ. പെട്ടെന്ന് വെള്ളിക്കൊട്ടാരം ഒരു മാന്ത്രി കക്കൂടാരമായി മാറി. ആ കൂടാരത്തിനുള്ളിൽ നൃത്തം ചെയ്യു ന്നത് തന്റെ ചേച്ചിയാണ്. ചുറ്റും നിൽക്കുന്നത് പരിശീലകരും മറ്റു കലാകാരന്മാരുമാണെന്ന് മല്ലി ഊഹിച്ചു.

എന്തിനാണ് ചേച്ചിയെക്കൊണ്ട് അവർ വീണ്ടും വീണ്ടും ഇങ്ങനെ നൃത്തം ചെയ്യിക്കുന്നത്? ചേച്ചി നൃത്തം ചെയ്ത് തളർ ന്നിരിക്കുന്നു. പക്ഷേ, ആരുമത് ശ്രദ്ധിക്കുന്നില്ല. വിയർപ്പുചാലു കൾ കവിളിലൂടെ ഒലിച്ചിറങ്ങുന്നതു കണ്ടപ്പോൾ മല്ലിയുടെ ഹൃദയം വിങ്ങിപ്പൊട്ടി. അവൾ ചേച്ചിയുടെ അടുത്തേക്ക് ഓടി ച്ചെന്നു. പക്ഷേ, അപ്പോഴേക്കും ചേച്ചിയും മാന്ത്രികക്കൂടാരവും അവിടെനിന്ന് അപ്രത്യക്ഷമായി. അവൾ ചുറ്റും നോക്കി. അന്ധ കാരം ഒരു കറുത്ത നീരാളിയെപ്പോലെ ഇഴഞ്ഞുവന്ന് അവളെ വിഴുങ്ങി.

നാല്

"ജാക്കീ......ജാക്കീ........"

ആ വിളികേട്ടാണ് മല്ലി കണ്ണുതുറന്നത്. അവൾ കണ്ണുതിരു മ്മിക്കൊണ്ട് തിരിഞ്ഞും മറിഞ്ഞും നോക്കി. അമ്മയെ കാണു ന്നില്ല! അവൾ ചാടിയെഴുന്നേറ്റു. തലയിണയിൽ അമ്മയുടെ സെൽഫോണിരിക്കുന്നുണ്ട്. പുറത്ത് കിളികളുടെ നിലയ്ക്കാത്ത ചിലപ്പുകേട്ടപ്പോൾ നേരം പുലർന്നുകൊണ്ടിരിക്കുകയാണെന്ന് അവൾക്കു മനസിലായി. മുറിക്കുള്ളിൽ നല്ല തണുപ്പുണ്ടായി രുന്നു. അവൾ പുതച്ചിരുന്ന സാരിക്കഷണം വലിച്ച് തലമൂടി. കിളികളുടെ ആരവം കേട്ട് അവൾ വെറുതേ ചുരുണ്ടുകൂടിക്കി ടന്നു.

കിളിക്കൂട്ടങ്ങളുടെ ചിലപ്പിന് ശക്തി കൂടിക്കൂടി വന്നു. ബംഗ്ലാ വിനു ചുറ്റുമുള്ള മരങ്ങളിലെല്ലാം കിളിക്കൂടുകളുണ്ടായിരിക്കു മെന്ന് മല്ലി ഊഹിച്ചു. നേരമൊന്നു ശരിക്കും വെളുത്തിട്ടാവാം ആ കിളിക്കൂടുകളൊക്കെ കണ്ടുപിടിക്കാൻ. പെട്ടിക്കവലയിൽ മര ങ്ങളില്ലാത്തതുകൊണ്ട് ഇങ്ങനെ കിളികൾ ചിലയ്ക്കുന്നത് അവൾ കേട്ടിട്ടില്ല. രാവിലെ കാക്കകളുടെ ഒറ്റപ്പെട്ട കരച്ചിൽ മാത്രമേ അവിടെ കേൾക്കാറുള്ളൂ. കവലയിൽ മീൻവണ്ടികളെത്തി യാൽ നിമിഷങ്ങൾക്കകം കാക്കക്കൂട്ടങ്ങൾ വന്ന് കലപില കൂട്ടും. അതൊരു ശല്യംപിടിച്ച ബഹളമായിട്ടാണ് മല്ലിക്കു തോന്നിയിട്ടു ള്ളത്.

എന്നാൽ ബംഗ്ലാവിനു പുറത്തുനിന്നു കേൾക്കുന്ന കിളിക
ളുടെ മധുരനാദം അവൾക്കിഷ്ടപ്പെട്ടു. ഏതോ കിളി സുപ്രഭാത
ത്തിന് സ്വാഗതമോതുന്ന സംഗീതം ആലപിക്കുന്നു. ഒരു പകൽ
നീളുന്ന വേർപാടിനെക്കുറിച്ചോർത്തു സങ്കടപ്പെടുന്ന ഇണ
ക്കിളിയെ ആശ്വസിപ്പിക്കുകയാണ് മറ്റൊരു കിളി. ഇരതേടിപ്പോ
കുന്ന അമ്മക്കിളികൾ ഇനി അന്തിമയങ്ങിയിട്ടേ തിരിച്ചെത്തൂ.
അതുവരെ കുഞ്ഞുങ്ങൾ കൂട്ടിനുള്ളിൽ അനങ്ങാതെ ഇരിക്കണം.
ഓരോ തള്ളക്കിളിയും തങ്ങൾ ഇരതേടിപ്പോകുമ്പോൾ കിളിക്കു
ഞ്ഞുങ്ങളോട് എന്തൊക്കെയാണ് പറയുന്നത്? അടയിരിക്കുന്ന
പെൺകിളിയോട് ആൺകിളി എന്തു പറഞ്ഞാണ് യാത്രയാകു
ന്നതാവോ? മല്ലി കിളികളുടെ ഭാഷയിൽ ചിലതൊക്കെ ഊഹിച്ചു.
'അമ്മേ, വേഗം വരണേ' എന്നായിരിക്കും കുഞ്ഞിക്കിളികൾ പറ
യുന്നത്. 'സൂക്ഷിച്ചുപോകണേ' എന്നായിരിക്കും പെൺകിളി
ആൺകിളിയോടു പറയുന്നത്. 'വെയിൽ മൂക്കുംമുമ്പേ പുഞ്ച
പ്പാടത്തെത്തണം. അതുകൊണ്ട് വേഗം പുറപ്പെടണം' എന്നു
പറയുന്നത് ഏതു കിളിയായിരിക്കും? അവൾ ഓരോ കിളിയു
ടേയും നാദത്തിൽനിന്ന് അവരുടെ രൂപം മനസിൽ വരച്ചുനോക്കി.
അവ ഓരോരുത്തരായി മരച്ചില്ലകൾവിട്ട് അകലേക്കു പറന്നു

പോകുന്നതിന്റെ ചിറകടിശബ്ദത്തിന് കാതോർത്തുകൊണ്ട് അവൾ അനങ്ങാതെ കിടന്നു.

"ബൗ...ബൗ...ബൗ...ബൗ..."

ഓർക്കാപ്പുറത്ത് വീണ്ടും ആൾസേഷ്യന്റെ മുഴക്കമുള്ള കുര കേട്ട് അവൾ നടുങ്ങി. എഴുന്നേറ്റ് വാതിൽപ്പഴുതിലൂടെ നോക്കി യപ്പോൾ ആ ഭീമൻനായ രാജാവിനെപ്പോലെ വരാന്തയിൽ ഉലാ ത്തുന്നതാണ് കണ്ടത്.

ഇവനാണ് ജാക്കി. ഈ ബംഗ്ലാവിന്റെ ചീഫ്. മല്ലി സ്വയം പറഞ്ഞു. കഴുത്തിനുചുറ്റും വെളുത്ത ജടയുള്ള ആൾസേഷ്യന്റെ തല കറുകറെ കറുത്തിട്ടാണ്. പേടിപ്പിക്കുന്ന വട്ടക്കണ്ണുകൾ മുഖ ത്തിന്റെ ക്രൗര്യത കൂട്ടുന്നുണ്ട്. മിനുത്തുകൊഴുത്ത ബലിഷ്ഠ മായ ശരീരത്തിൽ ആഫ്രിക്കയും അന്റാർട്ടിക്കയുംപോലെ പരന്ന വെള്ളപ്പുള്ളികൾ. കഴുത്തിൽ ബ്രൗൺനിറമുള്ള വീതിയുള്ള ബെൽറ്റ്. ഹൊ എന്താ ഒരു ഗമ!

മുകളിലെ ചില്ലോടിലൂടെ സൂര്യപ്രകാശം മുറിയിലേക്ക് കട ന്നുവന്നപ്പോൾ മല്ലി എഴുന്നേറ്റിരുന്നു. ഉടനെ അവൾ മിട്ടു വിനെക്കുറിച്ചോർത്തു. അവൾ സ്റ്റോക്കുമുറിയുടെ ഇരുട്ടുകെട്ടിയ മൂലയിലേക്കു സൂക്ഷിച്ചുനോക്കി. മിട്ടുവിനെ കിടത്തിയ ചാക്കു കഷണം മാത്രം അവിടെയുണ്ട്. അവനെവിടെപ്പോയി? ആ ഭീക രൻ കടിച്ചുകീറിക്കഴിഞ്ഞിരിക്കും.

ഈ അമ്മ എവിടെപ്പോയി? മല്ലിക്കു സങ്കടവും ദേഷ്യവും ഒരുമിച്ചു വന്നു. പുറത്തേക്കിറങ്ങാൻ അവൾക്കു പേടി. ആൾസേ ഷ്യൻ തന്റെ ദേഹത്തേക്ക് എടുത്തുചാടിയാലോ. അവൾ ധൈര്യം സംഭരിച്ച് ഉറക്കെ വിളിച്ചു.

"അമ്മേ.....................!"

ബംഗ്ലാവിന്റെ കനത്ത കൽച്ചുവരുകളിൽത്തട്ടി ആ ശബ്ദം പ്രതിധ്വനികൊണ്ടതല്ലാതെ അമ്മ വിളികേട്ടില്ല.

"ബൗബൗ....ബൗ"

ആൾസേഷ്യൻ വീണ്ടും ദിഗന്തങ്ങൾ മുഴക്കിക്കൊണ്ട് കുരച്ചു.

"ജാക്കീ.....കം ഹിയർ....."

കൊച്ചമ്മയുടെ ശബ്ദമാണ്. ശബ്ദം കേട്ട ദിശയിലേക്ക് ജാക്കി വാലാട്ടിക്കൊണ്ട് പായുന്നത് അവൾ കണ്ടു.

"നമ്മുടെ വീട്ടിൽ കാവൽ കിടക്കും
നായൊരു നല്ല മൃഗം
നമ്മെ കാക്കുന്നവളതു കാട്ടും
നന്ദിമറക്കാമോ?"

അവൾക്ക് തന്റെ മൂന്നാംപാത്തിലെ പാട്ട് ഓർമ്മവന്നു. മിട്ടു വിനെ ഓമനിച്ചുകൊണ്ട് അവൾ ആ വരികൾ മൂളാറുണ്ട്. ശരി യാണ്, എന്തൊരു സ്നേഹമാണ് മിട്ടുവിന്. 'മിട്ടു' ന്ന് താനൊന്നു വിളിക്കുമ്പോഴേക്ക് വാലാട്ടിക്കൊണ്ട് അവൻ ഓടിയെത്തും. ഇപ്പോൾ അവനെയൊന്ന് ഉറക്കെ വിളിക്കാൻകൂടി തനിക്കു പറ്റു നില്ലല്ലോയെന്നോർത്ത് അവൾ ദുഃഖിച്ചു.

വാതിൽ തള്ളിത്തുറന്നുകൊണ്ട് കാർത്തു കടന്നുവന്നതറി ഞ്ഞിട്ടും മല്ലി കെറുവിച്ച് കമിഴ്ന്നുതന്നെ കിടന്നു.

"മല്ലീ...എണീറ്റുവാ കുട്ടീ, നേരം ഉച്ചയായി."

അതമ്മേടെ സ്ഥിരം നമ്പറല്ലേ? മല്ലി കുലുങ്ങിയില്ല. പിന്നെ തിരിഞ്ഞുകിടന്ന് ഒറ്റച്ചോദ്യം.

"എന്റെ മിട്ടൂനെ അമ്മ എന്തു ചെയ്തു. അതറിഞ്ഞിട്ടേ ഞാനെണീക്കൂ."

"നീയെവിടെനോക്കീട്ടാ ഈ ചോദിക്കുന്നേ, എണീറ്റ് ബാസ് കറ്റ് തൊറന്നു നോക്ക്."

മല്ലി ചാടിയെണീറ്റ് ബാസ്കറ്റ് തുറന്നപ്പോൾ മിട്ടു വല്ലാതെ പരവശനായിരിക്കുന്നതാണ് കണ്ടത്. അവൾക്കമ്മയോട് വല്ലാത്ത ദേഷ്യം തോന്നി.

"എത്ര നേരായി മിട്ടു ഇതിനുള്ളിൽ ശ്വാസം മുട്ടിക്കെടക്കാൻ തൊടങ്ങീട്ട്? ഇതിനുള്ളിൽ ശ്വാസം കിട്ടില്ലാന്ന് അമ്മയ്ക്കറി യില്ലേ...?"

"ഇത്തിരി ശ്വാസംമുട്ടിയെന്നല്ലേയുള്ളൂ. ചത്തിട്ടൊന്നു മില്ലല്ലോ. ങ്ഹാ, ഇല്ലെങ്കി കാണാരുന്നു, ആ നായ അതിനെ കടി ച്ചുകീറിക്കൊന്നെനെ?"

മല്ലിക്കു കാര്യം പിടികിട്ടി. വാതിൽ ചാരിയിട്ടിട്ട് അമ്മ അടു ക്കളയിൽ പോയ നേരത്ത് മിട്ടു വെളിയിൽ ചാടിയിരുന്നെങ്കിൽ! എന്തായാലും മിട്ടുവിനെ മാജിക്ബാസ്കറ്റ് രക്ഷിച്ചു."

"കാർത്തു......."

"അയ്യോ, കൊച്ചമ്മയാണ്. നീ വേഗം എണീറ്റ് വരണൊണ്ടോ

പെണ്ണേ. അല്ലേ വേണ്ട, നെനക്കു വെശക്കുമ്പൊ എണീറ്റാ മതി. ഞാമ്പോണു."

കാർത്തു പോയപ്പോൾ മല്ലി എഴുന്നേറ്റ് മിട്ടുവിനെ ബാസ്ക റ്റിൽനിന്നെടുത്ത് മൂലയിലെ ചാക്കിൽ കിടത്തി. എന്നിട്ട് വാതിൽ അകത്തുനിന്ന് കുറ്റിയിട്ടു. പുറത്തുനിന്ന് ജാക്കി കുരയ്ക്കുന്നത് കേട്ടപ്പോൾ മിട്ടു കാതുകൂർപ്പിച്ചുകൊണ്ട് മണംപിടിച്ചു.

"പേടിക്കണ്ടാ ട്ടോ, മിട്ടൂന് മല്ലിയൊണ്ടല്ലോ..."

അവൾ രണ്ടു മൂന്നു ബിസ്കറ്റുകളെടുത്ത് മിട്ടുവിനു കൊടുത്തു. അവനത് ആർത്തിയോടെ അകത്താക്കി. മല്ലി കൊണ്ടുവന്ന ബിസ്കറ്റെല്ലാം തീർന്നുപോയി. മിട്ടുവിന് വിശ പ്പൊട്ടു മാറിയതുമില്ല.

"മിട്ടു ഇവിടെ ഒച്ചയുണ്ടാക്കാതിരിക്കണേ. മല്ലി അമ്മേടടു ത്തുപോയി മിട്ടൂന് പാലുംകൊണ്ടുവരാം."

അവൻ ഒന്നു ഞരങ്ങി. മല്ലി വാതിൽ തുറന്ന് മെല്ലെ അടു ക്കളയിലേക്കു കടന്നു.

അഞ്ച്

അടുക്കളയോടു ചേർന്നുള്ള കിണറ്റിൻകരയിൽ കാർത്തു പാത്രങ്ങൾ തേച്ചുകഴുകിക്കൊണ്ടിരിക്കുകയായിരുന്നു.

"അമ്മേ, പാലെവിടെയാ..." മല്ലി ഉറക്കെ വിളിച്ചുചോദിച്ചു. കാർത്തു മല്ലിയെ നോക്കി മിണ്ടരുതെന്ന് ആംഗ്യം കാണിച്ചു.

അപ്പോഴാണ് ഇത് തന്റെ വീടല്ലെന്ന കാര്യം മല്ലി ഓർത്തത്. തങ്ങൾ ഈ ബംഗ്ലാവിലെ ജോലിക്കാരാണ്, ഒന്നും ചോദിച്ചു വാങ്ങാൻ അവകാശമില്ല. തരുന്നതെന്താണോ അതുകൊണ്ട് ജീവിക്കണം. അമ്മ പല വീടുകളിലും ജോലിക്കു പോയിട്ടുണ്ടെ ങ്കിലും താൻ ആദ്യമായിട്ടാണ് മറ്റൊരു വീട്ടിലെ അന്തേവാസി യായി കഴിയുന്നത്. അവൾക്ക് വല്ലാത്തൊരു ശ്വാസംമുട്ടൽ പോലെ. ഇങ്ങനെ എത്രനാൾ ഇവിടെ കഴിയേണ്ടിവരും? അവൾ വിഷാദവതിയായി ഇരുന്നു.

തങ്ങൾക്ക് ഉടനെ ഒന്നും പെട്ടിക്കവേലയിലേക്ക് തിരിച്ചു പോകാനാവില്ലെന്ന് മല്ലിക്കറിയാം. ചേച്ചിയെ കാണാതായതു മുതൽ പൊലീസുകാർ അമ്മയ്ക്ക് സൈ്വര്യം കൊടുത്തിട്ടില്ല. എന്തെങ്കിലുമൊരു ന്യൂസ് കിട്ടിയാൽ ഉടനെ അവർ പാഞ്ഞെ ത്തും. പിന്നെ തിരിച്ചും മറിച്ചും ചോദ്യം ചെയ്യൽ. അമ്മ ചേച്ചിയെ എവിടെയോ ഒളിപ്പിച്ചുവച്ച മട്ടിലാണ് അവരുടെ പെരുമാറ്റം. അയൽപക്കക്കാർക്കും സൈ്വര്യക്കേടായപ്പോഴാണ് ആ നാട്ടിൽ നിന്ന് ഒന്നു മാറിനിൽക്കാൻ കാർത്തു തീരുമാനിച്ചത്. സെൽ

ഫോണിലെ സിംകാർഡും മാറ്റിയിട്ടാണ് അവിടെനിന്ന് പോന്നത്. കാർത്തുവിന്റെ ഏറ്റവും വിശ്വസ്തയായ കൂട്ടുകാരി കന്നിമേരി യാണ്. അവർക്കു മാത്രമേ കാർത്തുവിന്റെ പുതിയ ഫോൺനമ്പർ അറിയൂ. ബംഗ്ലാവിൽനിന്ന് നല്ല ശമ്പളം കിട്ടുമെന്നാണ് ഏജൻസി ക്കാർ പറഞ്ഞത്. ശമ്പളം കിട്ടിയാൽ പുത്തൻ ഉടുപ്പും പാവക്കു ഞ്ഞിനെയും വാങ്ങിക്കൊടുക്കാമെന്ന് കാർത്തു മല്ലിയോടു പറ

ഞ്ഞിരുന്നു. അവൾ പുത്തനുടുപ്പിന്റെ നിറവും ഫാഷനും മന
സ്സിൽ കണ്ടു.

"കാർത്തൂ, നിന്റെ പെണ്ണിനെ ഇങ്ങോട്ടൊന്ന് പറഞ്ഞുവിട്ടേ.
ആ പൂന്തോട്ടത്തിലെ കളയൊക്കെയൊന്നു പറിച്ചുവൃത്തി
യാക്കാനാ."

കൊച്ചമ്മയുടെ ആജ്ഞ മല്ലിക്ക് ഒട്ടും ഇഷ്ടമായില്ല. അവൾ
മുഖംവീർപ്പിച്ചുകൊണ്ട് അടുക്കളയുടെ മൂലയിൽ ചാരിനിന്നു.

കാർത്തു അതുകണ്ട് കൊച്ചമ്മയുടെ അടുക്കലേക്കോടി
ച്ചെന്നു.

"കൊച്ചമ്മേ അവളൊന്നും കഴിച്ചിട്ടില്ല. പൂന്തോട്ടത്തിലേക്ക്
ഞാൻ ചെല്ലാം."

"അപ്പപ്പിന്നെ അടുക്കളജോലി ആര് ചെയ്യും? എനിക്കിന്ന്
വുമൺസ് ക്ലബ്ബിൽ മീറ്റിങ്ങൊള്ളതാ. ഇപ്പൊത്തന്നെ നേരം ഉച്ച
യായി. ഉച്ചയ്ക്ക് കഴിക്കാൻ നീ വല്ലതും ഉണ്ടാക്കിയോ? ജാക്കി
ക്കാണെങ്കിൽ ഈ നേരായിട്ടും പച്ചവെള്ളം കൊടുത്തിട്ടില്ല. ഇന്ന
ലെവരെ ഞാനവന് രാവിലെ ഏഴു മണിക്കുതന്നെ പാലു കൊടു
ത്തിരുന്നതാ. ആളു കൂടിയാൽ പാമ്പ് ചാവില്ലെന്നു പറയുന്നത്
വെറുതെയല്ല...."

കാർത്തു കൊച്ചമ്മയുടെ മുന്നിൽ തലതാഴ്ത്തി നിൽക്കു
ന്നത് മല്ലി വാതിൽപ്പഴുതിലൂടെ കണ്ടു. പാവം അമ്മ, ഞാൻ
കാരണം വെറുതേ ആ കൊച്ചമ്മേടെ വായിലിരിക്കുന്നതു മുഴു
വൻ കേട്ടു. അവൾക്കു സങ്കടം വന്നു. പക്ഷേ, കൊച്ചമ്മയുടെ
മുന്നിലേക്കു ചെല്ലാൻ വല്ലാത്ത പേടി.

"ചെന്നിട്ട് ആ പെണ്ണിന് വല്ലോം തിന്നാൻ കൊടുത്തിട്ട് ഇങ്ങ്
പറഞ്ഞുവിട്. അങ്ങനെയിപ്പോ ഇവിടെയാരും ചക്കാത്തിന് തിന്നാ
നൊന്നും നോക്കണ്ട. പിള്ളേരായാൽ ജോലി ചെയ്ത് ജീവിക്കാൻ
പഠിക്കണം."

കാർത്തു സാരിത്തുമ്പുകൊണ്ട് കണ്ണുതുടച്ചുകൊണ്ട് തിരി
ഞ്ഞുനടന്നു.

അടുക്കളത്തിണ്ണയിൽനിന്ന് ആരോ കാർക്കിച്ചു തുപ്പുന്ന
ശബ്ദംകേട്ട് മല്ലി ജനാലയിലൂടെ പാളിനോക്കി. മുറുക്കാൻ കറ
പിടിച്ച പല്ലുകൾ പുറത്തുകാട്ടി പൈലിപാപ്പൻ ചിരിച്ചു. ഒലിച്ചു
ചാടിയ മുറുക്കാൻനീർ കൈകൊണ്ട് തടഞ്ഞുകൊണ്ട് വായിലേ

ക്കുതന്നെ ഒറ്റ വലി.

"മല്ലീ, കഞ്ഞിവെള്ളം ആയിട്ടൊണ്ടോന്ന് അമ്മ യോടൊന്ന് ചോദിച്ചേ."

കാർത്തു അതുകേട്ടു. അവർ പെട്ടെന്ന് ഒരു തൂക്കു പാത്രം കഴുകിയെടുത്ത് അതിലേക്ക് കഞ്ഞിവെള്ളം പകർന്നു. ഒരു നുള്ള് ഉപ്പ് ട്ടിളക്കിയശേഷം അത് പൈലിക്കു കൊടുത്തു.

"കൊച്ചമ്മ അങ്ങനെ പലതും പറയും. അതൊ ന്നും കാര്യാക്കേണ്ട. പുള്ളി ക്കാരി പകലിവിടെ കാണ ത്തില്ല. എന്നും രാവിലെ ജാ ക്കിയെംകൊണ്ടൊരു പോ ക്കാ. ക്ലബ്ബിലേക്ക്. അവിടെ യിരുന്ന് കൂട്ടുകാരുംകൂടി വൈകുന്നേരം വരെ ചീട്ടുക ളിയാ. രാത്രി മാർക്കറ്റീന്ന് സാധനങ്ങളും വാങ്ങി തിരി ച്ചെത്തും. മിക്കവാറും ആഹാരം കഴിച്ചിട്ടാ വരവ്. ഇന്നിപ്പോ നിങ്ങള് വന്നതു കൊണ്ടാ പോക്ക് താമസി ച്ചേന്നു തോന്നണു."

"ആദ്യായിട്ടാ, ഒരു എസ്റ്റേറ്റ് ബംഗ്ലാവില് ജോലിക്ക് വരുന്നത്. അതുകൊണ്ട് ആകെ യൊരു വെപ്രാളം." കാർത്തു പറഞ്ഞു.

"എസ്റ്റേറ്റിലെ ജോലിക്കാരെല്ലാം നേരം വെളുക്കുംമുമ്പേ അവരവരുടെ ജോലി നോക്കിപ്പോകും. അവരുമായി നമുക്കൊരു എടപാടുമില്ല. കാർത്തൂനും മോൾക്കും ബംഗ്ലാവിലെ മുന്നാലു

ജോലിക്കാർക്കും മാത്രം വച്ചൊണ്ടാക്ക്യാ മതി. തോട്ടത്തിനു വെളിയിലാണ് മാനേജർ താമസിക്കുന്നത്. അങ്ങേർക്ക് ഉച്ചയ്ക്കു മാത്രം ആഹാരം കൊടുത്താൽ മതി. പിന്നെ റാട്ടപ്പുരയിലെ പണി ക്കാരൻ സുബ്രനും എനിക്കും രണ്ടു നേരത്തേക്ക്. രാത്രി ഞങ്ങള് *പാടിയിലേക്കു പോകും. കൊച്ചമ്മയ്ക്ക് എന്തെങ്കിലും സ്പെഷല് വേണ്ട ദിവസം പറയും. പിന്നെ, വല്ലപ്പോഴും ആരെങ്കിലും ഗസ്റ്റ് വന്നാലായി."

ബംഗ്ലാവിന്റെ ഓരോ ഭാഗങ്ങളും പൈലി കാർത്തുവിനും മല്ലിക്കും പരിചയപ്പെടുത്തിക്കൊടുത്തു.

കുന്നിൻമുകളിലുള്ള ബംഗ്ലാവിന്റെ മുറ്റത്തുനിന്നു നോക്കി യാൽ താഴെ **റാട്ടപ്പുര കാണാം. വലതുവശത്തായി പുകപ്പുര. ബംഗ്ലാവിന് മൂന്നു നിലയാണ്. രണ്ടാമത്തെ നിലയിലാണ് കൊച്ച മ്മയുടെ മുറി. പക്ഷേ, പാപ്പിച്ചി മുതലാളി മരിച്ചേപ്പിന്നെ കൊച്ചമ്മ അവിടെ കെടക്കാറില്ല. താഴത്തെ നിലയിലെ നടുക്കുള്ള മുറി യിലാണ് രാത്രി കിടപ്പ്. മക്കള് രണ്ടുപേരും ഇംഗ്ലണ്ടിലാ."

"പൈലിപ്പാപ്പാ, കൊച്ചമ്മേടെ കുട്ടികൾ എന്നാണിനി വരാ?" മല്ലിക്ക് അതറിയാൻ എന്തോ ഒരു ആകാംക്ഷ.

"അവര് ചെറിയ കുട്ട്യോളൊന്നുമല്ല. ഡോക്ടർമാരാവാൻ പഠി ക്കണവരാ. ഇപ്പോ മീശേം താടീമൊക്കെ വന്നുകാണും. അവ രിനി രണ്ടോ മൂന്നോ കൊല്ലം കഴിഞ്ഞേ വരൂ." മുറുക്കാൻ നീട്ടി ത്തുപ്പിക്കൊണ്ട് പൈലി പറഞ്ഞു.

"മൊതലാളി മരിച്ചിട്ട് കൊറേക്കാലായയോ?"
കാർത്തു ചോദിച്ചു.

"അഞ്ചു കൊല്ലം കഴിഞ്ഞു. ഒരു രാത്രി ക്ലബ്ബീന്ന് മടങ്ങിവരു ന്നവഴി ജീപ്പ് റബ്ബർമരത്തിനിടിച്ച് മറിഞ്ഞു. ആരും കണ്ടില്ല. രാത്രി മുഴുവൻ അവിടെക്കെടന്ന് ചോര വാർന്ന് മരിച്ചു. വെളുപ്പിന് എസ്റ്റേറ്റിലേക്കു വന്ന ടാപ്പിങ്ങുകാരാണ് മൊതലാളി റോഡിൽ ചോരവാർന്ന് കിടക്കുന്നത് ആദ്യം കണ്ടത്. കൊച്ചമ്മ വിചാരി ച്ചത് മദ്യപിച്ച് ലക്കുകെട്ട് ക്ലബ്ബിൽ കെടന്നൊറങ്ങിക്കാണുമെ ന്നാണ്. മൊതലാളി എന്നും മദ്യപിച്ചിട്ടാണ് ക്ലബ്ബീന്ന് വരാറ്.

പക്ഷേ, മുമ്പൊരിക്കലും അപകടം പറ്റീട്ടില്ല. ദേ, ആ ഷെഡ്ഡില്‍ കാണുന്ന ജീപ്പ് അതില്‍പ്പിന്നെ ആരും ഉപയോഗിച്ചിട്ടില്ല. മൊതലാളീടെ ഓര്‍മ്മയ്ക്കായിട്ട് കൊച്ചമ്മ അത് ആര്‍ക്കും കൊടുക്കാതെ ഇട്ടിരിക്കാ...”

“പൈലിപ്പാപ്പാ, ഇന്ന് കൊച്ചമ്മയ്ക്ക് നേരത്തേ ഊണ് റെഡിയാക്കാന്‍ പറഞ്ഞിരുന്നു. ഞാന്‍ ചെന്ന് മീന്‍ പൊരിക്കട്ടെ. പുളിശ്ശേരിയും മെഴുക്കുവരട്ടിയും ആയിട്ടൊണ്ട്.”

കാര്‍ത്തു അടുക്കളജോലിയില്‍ മുഴുകിയപ്പോള്‍ പൈലി ചോദിച്ചു:

“മല്ലിക്കിതുവരെ ഒന്നും കൊടുത്തില്ലേ കാര്‍ത്തുവേ...? നെനക്ക് വെശക്കുന്നില്ലേടീ. മല്ലീ, വല്ലോം ചെന്ന് കഴിക്ക്. ഞാന്‍ പോയി ജാക്കിയെ കുളിപ്പിച്ച് റെഡിയാക്കട്ടെ. കൊച്ചമ്മേടെ കൂടെ അവനും പോകും.”

“എവിടേക്ക്?”

“ക്ലബ്ബിലേക്ക്.”

“കാറിന്റെ ഡിക്കീലിട്ടാ കൊണ്ടോവ്വാ?”

“അല്ലല്ലല്ല. കാറിന്റെ മുന്‍സീറ്റില്‍ കേറിയിരുന്നാ അവന്റെ പോക്ക്. ദേ, ആ കാണുന്ന കാര്‍ഷെഡിന്റെ പൊറകിലെ പൊക പ്പെര കണ്ടോ? അതിന്റെ പൊറകുവശത്തു പോയി നിന്നാമതി. മുന്‍സീറ്റില്‍ ഞെളിഞ്ഞിരുന്നുകൊണ്ടുള്ള അവന്റെ പോക്കു കാണാം.”

ബംഗ്ലാവുമുറിയില്‍നിന്ന് ഒരു നീണ്ട ബെല്ലടി കേട്ടതും പൈലി അങ്ങോട്ടോടി. അടുത്ത സെക്കന്റില്‍ത്തന്നെ പൈലി അടുക്കളയിലെത്തി. അലമാരയില്‍നിന്ന് ആപ്പിളും ഓറഞ്ചും മുന്തിരിയുമെടുത്ത് ചില്ലുപാത്രത്തില്‍ ക്രമീകരിച്ചുവച്ചു. എന്നിട്ട് നാലഞ്ച് കുപ്പിപ്ലേറ്റുകളെടുത്ത് കഴുകി. കാര്‍ത്തു പ്ലേറ്റിലേക്ക് ചൂടു ചോറ് വിളമ്പി. കറികള്‍ വെവ്വേറെ പാത്രങ്ങളിലാക്കിയ ശേഷം വലിയൊരു ട്രേയിലേക്ക് അടുക്കിവച്ചു.

വിഭവങ്ങള്‍ നിരത്തിയ ട്രേയുമായി മുന്നില്‍ പൈലി നടന്നു. അതിനു പിന്നില്‍ പഴങ്ങള്‍ നിറച്ച ചില്ലുപാത്രവുമായി കാര്‍ത്തു. ഏറ്റവും പിന്നില്‍ കുടിവെള്ളം നിറച്ച ജഗ്ഗും പിടിച്ചുകൊണ്ട് മല്ലിയും.

കൊച്ചമ്മയുടെ മുറിയുടെ വാതില്‍ക്കലെത്തിയപ്പോള്‍

ഏതോ ഫോറിൻ സ്പ്രേയുടെ രൂക്ഷസുഗന്ധം. മൂന്നുപേരും പര സ്പരം നോക്കി മിണ്ടാതെ നിന്നു. അടുത്ത നിമിഷം വാതിൽ തുറക്കപ്പെട്ടു. മേക്കപ്പിൽ മുങ്ങിയ കൊച്ചമ്മയെ കണ്ടപ്പോൾ കരി കൊണ്ട് കണ്ണും മൂക്കും വരച്ച ഒരു വലിയ ഓറഞ്ചുപോലെ മല്ലിക്കു തോന്നി. മുടിക്കും മുഖത്തിനും ഒരേ നിറം. കൺപീലികൾ ഐ-ലൈനർകൊണ്ട് കറുപ്പിച്ചിരിക്കുന്നു. കൺപോളകളിൽ തിളക്ക മുള്ള ഐ–ഷാഡോ.

കസ്തൂരിചേച്ചിയുടെ മേക്കപ്പ് ബോക്സിൽനിന്ന് മല്ലി ഈ മേക്കപ്പ്സാധനങ്ങളൊക്കെ മുമ്പേ കണ്ടിട്ടുണ്ട്. പക്ഷേ, ചേച്ചി അതൊന്നും മുഖത്തിട്ട് അവൾ ഒരിക്കൽപോലും കണ്ടിട്ടില്ല. സ്റ്റേജിൽ പരിപാടിക്കു കയറുമ്പോൾ മാത്രമേ ചേച്ചി മുഖത്ത് മേക്കപ്പിടൂ. ഈ കൊച്ചമ്മയെന്തിനാണ് ക്ലബ്ബിൽ പോകാൻ ഇത്ര യ്ക്കും മേക്കപ്പിട്ടിരിക്കുന്നത്? ഇനി കൊച്ചമ്മ എന്നും ക്ലബ്ബിൽ പോയി നൃത്തം ചെയ്യുന്നുണ്ടാവുമോ? ആർക്കറിയാം! മല്ലി അങ്ങനെ ഓരോന്നാലോചിച്ചുകൊണ്ടിരിക്കുന്നതിനിടയിൽ കൊച്ചമ്മ വാനിറ്റിബാഗും തോളിലിട്ട് പുറത്തേക്കിറങ്ങി. വാതിൽ പൂട്ടി താക്കോൽ ബാഗിലിട്ടുകൊണ്ട് കൊച്ചമ്മ പറഞ്ഞു:

"ഡീ, ഞാൻ പറഞ്ഞതു കേട്ടല്ലോ. ഗാർഡനിലാകെ കള വളർന്നു നിൽക്കാൻ തൊടങ്ങീട്ട് എത്ര ദിവസായീന്നോ. ആ കാടെല്ലാമൊന്നു പറിച്ചൂന്നു വിചാരിച്ച് നിന്റെ കൈ തേഞ്ഞു പോകത്തൊന്നുമില്ല. പൈലീ, കേട്ടല്ലോ പറഞ്ഞത്. ദേ, ഈ പെണ്ണിനേംകൂട്ടി ഇന്ന് സന്ധ്യയാകുമ്പോഴേക്ക് ആ പണിയങ്ങ് തീർത്തേക്കണം."

"ഓ, ചെയ്തേക്കാം കൊച്ചമ്മേ."

"ജാക്കിക്ക് വല്ലതും കൊടുത്തോ?"

"കരളും ചോറും കൊടുത്ത് കുളിപ്പിച്ച് റെഡിയാക്കി നിർത്തീ ട്ടൊണ്ട്."

കൂളിങ് ഗ്ലാസെടുത്ത് ഫിറ്റ് ചെയ്ത്, കൊച്ചമ്മ നടന്നുനീങ്ങി യപ്പോൾ മലങ്കാറ്റിൽ അവരുടെ ഷോൾഡർകട്ട് മുടി അനുസര ണയില്ലാതെ പാറിപ്പറന്നു.

കൊച്ചമ്മയുടെ കറുത്ത കാർ ബംഗ്ലാവുമുറ്റത്തുനിന്ന് നീങ്ങാൻ തുടങ്ങി. ജാക്കിയുടെ പോക്കു കാണാൻ മല്ലി പൈലി പ്പാപ്പൻ പറഞ്ഞ സ്ഥലത്തേക്കോടി. അവൾ തഞ്ചത്തിൽ നിന്ന്

കാറിനുള്ളിലേക്ക് സൂക്ഷിച്ചുനോക്കി. കഴുത്തിൽ ബെൽറ്റും കെട്ടി, ചെമ്പരത്തിപ്പൂവിതൾ പോലുള്ള നാവ് വെളിയിലേക്ക് തൂക്കിയിട്ട് ജാക്കി കാറിന്റെ മുൻസീറ്റിൽ ഞെളിഞ്ഞിരിക്കുന്നു. കാർ ഓടി ക്കുന്നതിനിടയിൽ സ്റ്റിയറിങ്ങിൽനിന്ന് ഇടതുകൈയെടുത്ത് കൊച്ചമ്മ ജാക്കിയുടെ പുറത്ത് തലോടുന്നു.

കാർ റബ്ബർമരങ്ങൾക്കിടയിലെ കരിയില നിറഞ്ഞ റോഡി ലൂടെ കടന്നുപോകുന്നതും നോക്കി മല്ലി അവിടെത്തന്നെ നിന്നു. അകലെ ഒരു കറുത്ത പൊട്ടുപോലെ പിന്നെ അവളുടെ കാഴ്ചവട്ട ത്തിൽനിന്നു മാഞ്ഞുപോയി.

മല്ലിയുടെ മനസ്സ് പെട്ടെന്ന് ബംഗ്ലാവിലെ സ്റ്റോക്കുമുറി യിലേക്കു പാഞ്ഞു. മിട്ടു എത്ര നേരമായി അവിടെ ഒറ്റയ്ക്ക് കിട ക്കുന്നു! പാവം, അവന് വിശക്കുന്നുണ്ടാവും. ഉണങ്ങിയ റബ്ബറി ലകൾ വീണുകിടന്ന ചവിട്ടുവഴിയിലൂടെ അവൾ മിട്ടുവിന്റെ അരി കിലേക്കോടി.

ആറ്

മീനച്ചൂടിന്റെ കാഠിന്യം വൃന്ദാവൻ എസ്റ്റേറ്റിലും അറിയാൻ തുടങ്ങി. കുറേ ദിവസങ്ങളായി റബ്ബർമരങ്ങളിൽനിന്ന് സദാ ഇല കൊഴിഞ്ഞുകൊണ്ടിരിക്കുന്നു. പഴുത്തതും ഉണങ്ങിയതുമായ ഇലകൾ. മഴപെയ്യുംപോലെയാണ് ഇല കൊഴിയുന്നത്. നേരം വെളുക്കുമ്പോഴേക്കും ബംഗ്ലാവുമുറ്റം മെത്തവിരിച്ചതുപോലെ കിടക്കും. മല്ലിക്ക് ആ ഇലമെത്തയിലൂടെ നടക്കാൻ നല്ല രസ മാണ്. പക്ഷേ, ഇഴജന്തുക്കൾ ഉണ്ടാവുമെന്നു പറഞ്ഞ് കാർത്തു അതിനു സമ്മതിക്കില്ല. മാത്രമല്ല, കാർത്തുവിന് ആ ഇലകൊഴി ച്ചിൽ ഒരു വലിയ തലവേദനയായിരിക്കുകയുമാണ്. ബംഗ്ലാവിന്റെ നാലുചുറ്റും അടിച്ചുവാരി വൃത്തിയാക്കേണ്ട പണി കാർത്തുവി നാണല്ലോ. എല്ലാം കഴിയുമ്പോഴേക്കും കാർത്തു അവശയാകും.

ഉച്ചയൂണും കഴിഞ്ഞ് ക്ഷീണം തീർക്കാനായി കാർത്തു വരാന്തയുടെ ഒരു മൂലയിലേക്കു ചാഞ്ഞു. മല്ലിയും അമ്മയെ പറ്റിക്കൂടി കിടന്നു. രണ്ടുപേരും ഉടൻതന്നെ മയക്കത്തിലേക്കു വീണു. ശീതക്കാറ്റ് അവരെ തഴുകിക്കൊണ്ടിരുന്നു.

പെട്ടെന്ന് മല്ലി ഞെട്ടിയുണർന്ന് നിലവിളിച്ചു.

"അയ്യോ.....എന്റെ മിട്ടുനെ ആരാ കൊണ്ടുപോയേ... അമ്മേ..... അമ്മേ..... എണീക്കമ്മേ....." അവൾ ഉറക്കെ നിലവിളിച്ചു. അമ്മയെ കുലുക്കിവിളിച്ചിട്ടും ഒരു രക്ഷയുമില്ല. അപ്പോഴാണ് അവൾ പുറ ത്തൊരു ബഹളം കേട്ടത്. ബംഗ്ലാവിലെ ആൾസേഷ്യൻനായ

യുടെ മുഴക്കമുള്ള കുരയും കേൾക്കാം. അവൾ ജനാലയുടെ വിടവിലൂടെ പുറത്തേക്കു നോക്കി. നാലഞ്ചു പേർ ചേർന്ന് എന്തി നെയോ തല്ലിക്കൊല്ലുകയാണ്. പാമ്പിനെയായിരിക്കുമോ? അവൾ സ്വയം ചോദിച്ചു.

"ങീ..... ങീ......" ആ ഞരക്കം മല്ലി വീണ്ടും കേട്ടു. ഞരക്കം കേട്ട ഭാഗത്തേക്ക് അവൾ സൂക്ഷിച്ചുനോക്കി. ടോർച്ചുവെട്ടത്തിൽ അവ്യക്തമായ ആ കാഴ്ച കണ്ട് അവൾ തളർന്നുവീണു. മിട്ടു വിനെ കൊച്ചമ്മയും ജോലിക്കാരുംകൂടി തല്ലിക്കൊന്ന് കുറ്റിക്കാ ട്ടിലേക്ക് തോണ്ടിയെറിഞ്ഞു. അവിടെക്കിടന്ന് അവൻ അവസാ നശ്വാസം വലിക്കുന്നു.

സങ്കടം താങ്ങാനാവാതെ മല്ലി തേങ്ങിത്തേങ്ങി കരഞ്ഞു. അതുകേട്ട് കാർത്തു കണ്ണുതുറന്നു. അവൾ മകളെ മാറോട് അടു പ്പിച്ചുകിടത്തി. മല്ലിയുടെ തേങ്ങൽ പെട്ടെന്ന് നിലവിളിയായി മാറി.

"എന്താ മോളേ, നീ പേടിസ്വപ്നം കണ്ടോ?.... ഇവിടെ വന്ന തിനുശേഷം ഈ കുട്ടി ഇടയ്ക്കിടെ പേടിസ്വപ്നം കാണുന്നു ണ്ടല്ലോ ഈശ്വരാ....മല്ലീ...മല്ലീ...." കാർത്തു മല്ലിയെ കുലുക്കിവി ളിച്ചു. അവൾ ഒന്നു കണ്ണുതുറക്കുകയും അപ്പോൾത്തന്നെ കണ്ണ ടയ്ക്കുകയും ചെയ്തു.

"എന്താ മല്ലീ, സ്വപ്നം കണ്ട് പേടിച്ചതാ?" കാർത്തു ചോദിച്ചു.

"ഉം...." മല്ലി ഒന്നു മൂളുക മാത്രം ചെയ്തു.

"എന്താ കണ്ടത്?"

"മിട്ടൂനെ അവർ....."

"അവരെന്തു ചെയ്തു...തല്ലിക്കൊന്നോ?"

"ഉം...." മല്ലി അപ്പോഴും ഒന്നു മൂളുക മാത്രം ചെയ്തു.

"ഈ പട്ടാപ്പകൽ നീയല്ലാതെ ആരെങ്കിലുമിങ്ങനെ സ്വപ്നം കണ്ട് നിലവിളിക്കുമോ?" കാർത്തു അതു പറഞ്ഞപ്പോൾ അവൾക്ക് ജാള്യത തോന്നി.

മല്ലി നാണിച്ച് രണ്ടു കൈകൊണ്ടും കണ്ണുകൾ പൊത്തി. പിന്നെ കമിഴ്ന്നു കിടന്നു. കാർത്തു എഴുന്നേറ്റ് അടുക്കളയി ലേക്കു പോയപ്പോഴും മല്ലി മടിപിടിച്ച് അവിടെത്തന്നെ കിടന്നു. താൻ കണ്ട സ്വപ്നത്തിലൂടെ അവൾ അൽപ്പനേരം പുറകോട്ടു

സഞ്ചരിച്ചു.

മിട്ടുവിന് എന്തെങ്കിലും സംഭവിക്കുമോയെന്ന കാര്യത്തിൽ അവൾക്ക് വലിയ ആശങ്കയുണ്ട്. മിട്ടു ഇപ്പോഴും ഒരു രഹസ്യ മായി നിലനിൽക്കുകയാണ്. അങ്ങനെ എത്ര ദിവസം പോകാ നാവും? ജാക്കിയോ കൊച്ചമ്മയോ പൈലിപ്പാപ്പനോ അവനെ കണ്ടാൽ എന്തായിരിക്കും സംഭവിക്കുക? താൻ സ്വപ്നം കണ്ടതു പോലെയൊന്നും സംഭവിക്കല്ലേയെന്ന് അവൾ പ്രാർഥിച്ചു. അവൾ മിട്ടുവിനെക്കുറിച്ചുള്ള ചിന്തകളിൽ മുഴുകി.

മിട്ടുവിന് താനല്ലാതെ ഈ ലോകത്ത് ആരുമില്ല. അവന്റെ അമ്മയെ നഗരസഭക്കാർ പിടിച്ചുകൊണ്ടുപോയതോടെ നാലു കുഞ്ഞുങ്ങളാണ് അനാഥരായത്. കാർത്തു ഓടിയെത്തി ബഹളം വച്ചപ്പോൾ "വളർത്തുന്ന പട്ടിയെ കെട്ടിയിട്ടൂടാരുന്നോ" എന്നാണ് നഗരസഭക്കാർ ചോദിച്ചത്. നാട്ടുകാരുടെ പരാതിയനുസരിച്ചാ ണത്രേ അവർ പട്ടിപിടുത്തത്തിനിറങ്ങിയത്. മിട്ടുവിന്റെ അമ്മ കുഞ്ഞുങ്ങൾക്ക് ആഹാരംതേടി പോകാനിറങ്ങുമ്പോഴായിരുന്നു ശവവണ്ടിയുമായെത്തിയവർ പിടികൂടിയത്. അതിന്റെ കഴുത്തിൽ കുരുക്കിട്ട് കെട്ടിത്തൂക്കിക്കൊല്ലുമെന്നു കേട്ടപ്പോൾ മല്ലി വാവിട്ടു കരഞ്ഞു. പക്ഷേ, ഒരു ഫലവുമുണ്ടായില്ല.

പിറ്റേന്ന് ഉച്ചയ്ക്ക് വീടിനോടു ചേർന്നുനിന്ന തൈമാ വിൻചുവട്ടിൽനിന്ന് ങീ...ങീ...എന്ന നിലവിളികേട്ട് മല്ലി ഓടി ച്ചെന്നു. അനാഥരായിപ്പോയ നാലു പട്ടിക്കുഞ്ഞുങ്ങളിൽ മൂന്നെണ്ണം എവിടെപ്പോയെന്ന് അവൾ കണ്ടില്ല. മിട്ടുവിനെ ഉറുമ്പുകൾ പൊതിഞ്ഞിരിക്കുന്നു. അവൻ പ്രാണവേദനകൊണ്ടു പുളയുകയായിരുന്നു.

മല്ലി ഒരു കമ്പെടുത്ത് മിട്ടുവിന്റെ ദേഹത്ത് മെല്ലെ തട്ടി. അപ്പോൾ ഉറുമ്പുകൾ നാലുഭാഗത്തേക്കും പായാൻ തുടങ്ങി. അയ്യോ കഷ്ടം! അവന്റെ കണ്ണിലും നിറയെ ഉറുമ്പുകളാണ്. കണ്ണിൽനിന്ന് ചോരയും വെള്ളവും പുറത്തേക്കൊലിക്കുന്നുണ്ട്.

അവൾ ഒരു കീറച്ചാക്കു കൊണ്ടുവന്ന് മിട്ടുവിനെ വലിച്ച് അതിൽക്കിടത്തി. ചാക്കിന്റെ തുമ്പത്തുപിടിച്ചു വലിച്ചുകൊണ്ടു വീടിനകത്ത് എത്തിച്ചു. അടുക്കളയിൽച്ചെന്ന് പാൽപ്പാത്രത്തി ലുണ്ടായിരുന്ന ഇത്തിരി പാൽ ഒരു ചിരട്ടയിലൊഴിച്ചുകൊണ്ടു വന്നു. മിട്ടു കണ്ണുതുറക്കാതെത്തന്നെ മെല്ലെ വാലാട്ടി. ഹാവൂ!

രക്ഷപ്പെട്ടു. മിട്ടുവിന് ബോധമുണ്ട്. അവൾ ഒരു ഇലക്കുമ്പിളു ണ്ടാക്കി പാൽ അതിൽ ഒഴിച്ച് മിട്ടുവിന്റെ വായിലേക്ക് ഇറ്റിച്ചു കൊടുത്തു. അവൻ ആർത്തിയോടെ അത് നൊട്ടിനുണഞ്ഞിറക്കി.

കുറച്ചു കഴിഞ്ഞപ്പോൾ മിട്ടു മെല്ലെ കണ്ണുതുറന്നു. ചെവി കൂർപ്പിച്ചുപിടിച്ചു. കുഞ്ഞുവാൽ മെല്ലെമെല്ലെ ആട്ടാൻതുടങ്ങി. മല്ലി സന്തോഷംകൊണ്ട് തുള്ളിച്ചാടി. ഒരു ജീവൻ രക്ഷപ്പെടു ത്തിയതിലുള്ള നന്ദിസൂചകമായി അവൻ വീണ്ടും വാലാട്ടുക യാണ്.

മല്ലിയുടെ ശുശ്രൂഷമൂലം മിട്ടു വേഗം ആരോഗ്യത്തിലേക്കു തിരിച്ചുവന്നു. പിന്നെ കുറച്ചുദിവസത്തേക്ക് മല്ലി അവനെ പുറത്തു വിട്ടതേയില്ല. കൂടെ കിടത്തിയുറക്കിയും പാലു കോരി ക്കൊടുത്തും അവനെ താലോലിച്ചുകൊണ്ടിരുന്നു.

ബംഗ്ലാവിലേക്കു പുറപ്പെടുമ്പോൾ മല്ലി മിട്ടുവിനെച്ചൊല്ലി അമ്മയുമായി കശപിശ കൂട്ടിയിരുന്നു. മിട്ടുവിനെ കൂടെക്കൂട്ടണ മെന്ന് മല്ലി. പറ്റില്ലെന്ന് കാർത്തു. തങ്ങൾ തിരിച്ചുവരുംവരെ അടുത്ത വീട്ടുകാരിൽ ആരെയെങ്കിലും നോക്കാനേൽപ്പിക്കാ മെന്ന് കാർത്തു അഭിപ്രായപ്പെട്ടെങ്കിലും മല്ലി അതിനു വഴങ്ങി യില്ല.

"ബംഗ്ലാവിൽ ചെല്ലുമ്പൊ നോക്കിക്കോ, അവരതിനെ ഒറ്റയ ടിക്കു കൊല്ലും." കാർത്തു പല്ലിറുമ്മിക്കൊണ്ട് പറഞ്ഞു.

"അതിനല്ലേ മാജിക് ബാസ്കറ്റ്. മിട്ടുവിനെ ഒരു ഉറുമ്പു പോലും തൊടില്ല. അമ്മ നോക്കിക്കോ..."

മല്ലിയുടെ ചേച്ചി മാജിക് ഷോയ്ക്ക് പോകുമ്പോൾ പ്രാവു കളെ കൊണ്ടുപോകുന്ന ബാസ്കറ്റായിരുന്നു അത്. ബാസ്ക റ്റിന്റെ കൈപ്പിടിയിൽ രണ്ടറ്റങ്ങളോടുകൂടിയ ഒരു ചരടുണ്ട്. അതിന്റെ ഒരറ്റം വലിച്ചാൽ ബാസ്കറ്റിന്റെ മൂടി നാലായി തുറക്ക പ്പെടും. അപ്പോൾ പ്രാവുകൾക്ക് കാറ്റും വെളിച്ചവും കിട്ടും. ചിറ കുകൾ റബ്ബർബാന്റുകൊണ്ട് കൂട്ടിക്കെട്ടിയതുകൊണ്ട് അവ പറ ന്നുപോവുകയില്ല. ആളുകൾ കണ്ടാലുടൻ ചരടിന്റെ മറ്റേ തല പിടിച്ച് വലിക്കും. അപ്പോൾ മൂടി അകത്തേക്കു മടങ്ങും. പ്രാവു കളെ സംരക്ഷിക്കുന്ന ജോലി ചേച്ചിക്കായിരുന്നു. ഷോ കഴിഞ്ഞു വരുമ്പോൾ പ്രാവുകളെ ബാസ്കറ്റിലിട്ട് വീട്ടിലേക്കു കൊണ്ടു വരും. അങ്ങനെയാണ് മല്ലി ആ രഹസ്യം മനസിലാക്കിയത്.

മല്ലിയുടെ ശാഠ്യത്തിനുമുന്നിൽ കാർത്തു പരാജയപ്പെട്ടു. അമ്മയുടെ മൗനം സമ്മതമായി കണക്കാക്കി മല്ലി മിട്ടുവിനെ ഒപ്പം കൂട്ടുകയായിരുന്നു.

ഉറക്കച്ചടവിൽ എഴുന്നേറ്റിരുന്നുകൊണ്ട് മല്ലി ഒരു കാര്യം തീരുമാനിച്ചു. ഇന്നുതന്നെ മിട്ടുവിന്റെ കാര്യം പൈലിപ്പാപ്പനോടു പറയണം. പാപ്പനെ ഈ രഹസ്യം അറിയിക്കാതിരുന്നാൽ അപ കടമാണ്. വൈകിട്ടു പൂന്തോട്ടം നനയ്ക്കാൻ ചെല്ലുമ്പോൾ പറ യുകതന്നെ. അവൾ തീരുമാനിച്ചു.

ഏഴ്

അന്ന് കോഴി കൂവാൻ തുടങ്ങിയപ്പോൾത്തന്നെ കാർത്തു എഴുന്നേറ്റു. മരങ്ങൾ ഇലകൊഴിഞ്ഞുനിൽക്കുന്നതിനാൽ ഇപ്പോൾ സൂര്യനുദിക്കുമ്പോൾത്തന്നെ ബംഗ്ലാവുമുറ്റത്ത് വെയിലുവരും. അടുക്കളജോലികളെല്ലാം വേഗത്തിൽ ചെയ്തുതീർത്തു. പ്രാതലും ഉച്ചഭക്ഷണവും തയ്യാറാക്കി പാത്രങ്ങളിലാക്കിവച്ചു. കുളിച്ച് സാരിയുടുത്ത്, മുടി ചീകിക്കെട്ടി. പേഴ്സും കുടയും കുറേ കടലാസുകെട്ടുകളും ഹാന്റ് ബാഗിനുള്ളിൽ വച്ചു. എല്ലാം എടുത്തിട്ടുണ്ടോയെന്ന് ഒരിക്കൽക്കൂടി പരിശോധിച്ച ശേഷം ബാഗിന്റെ സിബ്ബ് വലിച്ചിട്ടു.

വെയിലുദിച്ചിട്ടും മല്ലി എഴുന്നേറ്റിട്ടില്ല. കാർത്തു അവളെ കുലുക്കിവിളിച്ചുണർത്തി.

"മോളേ.... അമ്മ പോയിട്ടു വരാം. വരാൻ വൈകിയാൽ അമ്മ പൈലിപ്പാപ്പന്റെ മൊബൈലിലേക്ക് വിളിക്കാം. കഴിക്കാനുള്ള തെല്ലാം പാത്രങ്ങളിലാക്കിവച്ചിട്ടുണ്ട്. പൈലിപ്പാപ്പൻ വരുമ്പൊ എല്ലാം പറഞ്ഞുകൊടുക്കണേ...മോളിന്ന് തോട്ടത്തിൽക്കൂടി യൊന്നും എറങ്ങി നടക്കണ്ടാട്ടോ...."

"അമ്മ പെട്ടിക്കവലയിലേക്ക് പോകാൻതന്നെ തീരുമാനിച്ചോ?"

"പോകാതിരിക്കാനാവുന്നില്ല മോളേ, ഇരിപ്പുറയ്ക്കുന്നില്ല."

"ങും. പോലീസുകാർക്ക് ഏതെങ്കിലും ഡെഡ്ബോഡി കിട്ടി യിട്ടുണ്ടാവും. എപ്പോഴുമുള്ളതല്ലേ ഈ പരിപാടി. ആ കന്നി മേരിയാന്റി അമ്മയുടെ ഫോൺനമ്പർ പോലീസിനു കൊടുത്തു കാണും. ഇനി നോക്കിക്കോ, ഇവിടേം സൈ്വര്യം കിട്ടില്ല. നോക്കി ക്കോ."

"ശരിയാ മോളേ.... എന്തായാലും പോയി നോക്കട്ടെ. അല്ലാ തെന്തു ചെയ്യാൻ? ചേച്ചിയെ കാണാനില്ലെന്ന് പറഞ്ഞ് പരാതി കൊടുത്തിട്ട് ഇന്നുവരെ എന്തെങ്കിലും അന്വേഷണം നടന്നോ. അതില്ല. ഏതെങ്കിലുമൊരു ഡെഡ്ബോഡി കണ്ടാലുടൻ നമ്മള് ചെന്നോളണം. പൊഴേലും കടൽത്തീരത്തും റെയിൽവേട്രാ ക്കിലും മോർച്ചറീലുമൊക്കെ എത്ര തവണയാ വിളിപ്പിച്ചിരിക്കു ന്നത്? ഇത്തവണയും അതിൽക്കൂടുതലൊന്നും സംഭവിക്കില്ല, ഉറപ്പാ..."

കാർത്തു സമനില തെറ്റിയവളെപ്പോലെ പിറുപിറുത്തു. എന്നിട്ട് ബാഗ് എടുത്ത് തോളിലിട്ട് പുറത്തേക്കിറങ്ങി. മല്ലി അമ്മ യോട് റ്റാറ്റ പറഞ്ഞു. കാർത്തു യാന്ത്രികമായി തിരിച്ചും റ്റാറ്റ പറഞ്ഞു.

പുലരിക്കാറ്റ് മുറിക്കുള്ളിലേക്ക് കടന്നുവന്നപ്പോൾ മല്ലിക്ക് പുതച്ചുമൂടിക്കിടന്ന് ഉറങ്ങാൻ തോന്നി. അവൾ വാതിൽ ചാരി യിട്ടശേഷം പുതപ്പിനുള്ളിലേക്ക് വലിഞ്ഞു. അടുത്തനിമിഷം തന്നെ ഗാഢമായ ഉറക്കത്തിലേക്ക് അവൾ വഴുതിവീണു.

മിട്ടു ഉറക്കെ നിലവിളിക്കുന്നതു കേട്ട് അവൾ ഉറക്കത്തിൽ നിന്ന് ചാടിയെഴുന്നേറ്റു. പായയിൽ ഇരുന്ന് അവൾ ഒന്നുകൂടി കാതുകൂർപ്പിച്ചു. സ്വപ്നമല്ല; നേരം വെളുത്തിട്ട് ഏറെയായിരി ക്കുന്നു. ചില്ലോടിനുമുകളിലൂടെ സൂര്യൻ ഒളിഞ്ഞുനോക്കുന്നത് അവൾ കണ്ടു. റാട്ടപ്പുരയിൽനിന്ന് അലൂമിനിയം ഡിഷുകൾ തട്ടി മുട്ടുന്ന ശബ്ദം. അവൾ കണ്ണുതിരുമ്മിയശേഷം മിട്ടു കിടന്ന ചാക്കിൻകഷണത്തിലേക്കു നോക്കി. അവൻ അവിടെനിന്ന് എഴു ന്നേറ്റു പോയിരിക്കുന്നു. അവൾ വാതിൽ തുറന്ന് പുറത്തേക്കോ ടിച്ചെന്നപ്പോൾ കണ്ടത് പ്രാണനുംകൊണ്ട് ഓടുന്ന മിട്ടുവിനെ യാണ്. അക്കരെയുള്ള കുന്നിനു മുകളിലേക്ക് ഓടിപ്പോയ മിട്ടു എവിടെയോ മറഞ്ഞു.

പൈലിപ്പാപ്പനാണ് മിട്ടുവിനെ കല്ലെടുത്തെറിഞ്ഞതെന്നറി
ഞ്ഞപ്പോൾ മല്ലിക്ക് സങ്കടം സഹിക്കാനായില്ല. എല്ലാം അറി
ഞ്ഞിട്ടും പാപ്പൻ ഈ ക്രൂരത ചെയ്തല്ലോ. അവൾക്ക് ഒന്നും മന
സിലായില്ല.

"എന്തിനാണ് എന്റെ മിട്ടൂനെ എറിഞ്ഞോടിച്ചത്? എനി
ക്കിപ്പൊ എന്റെ മിട്ടൂനെ പിടിച്ചോണ്ടു തരണം." മല്ലി പൈലിപ്പാ
പ്പനോട് തട്ടിക്കയറി.

"മല്ലീ, നീയെന്തിനാണ് വാതിൽ തുറന്നിട്ടത്? ഞാൻ വരു
മ്പൊ കണ്ടത് കൊച്ചമ്മ അതിനെ ആട്ടിയോടിക്കുന്നതാണ്.
വാലിൽ കൊടിയുള്ള പട്ടിയെ കണി കാണുന്നത് ലക്ഷണക്കേ
ടാണത്രേ. എറിഞ്ഞോടിക്കാൻ പറഞ്ഞു. മിട്ടുവിന്റെ ദേഹത്ത്
ഒരു കല്ലുപോലും തട്ടാതെയാണ് പാപ്പൻ എറിഞ്ഞത്. അറി
യ്യോ?"

42

മല്ലി മെല്ലെ അയഞ്ഞുതുടങ്ങിയെന്ന് പൈലിക്കു മനസി ലായി.

"നോക്കിക്കോ സന്ധ്യയാവുമ്പൊ അവൻ തിരിച്ചിവിടെ വരും." മല്ലിയെ സമാധാനിപ്പിക്കാനായി പൈലി പറഞ്ഞു.

"വന്നില്ലെങ്കിലോ?" മല്ലി ചുണ്ടുകോട്ടിക്കൊണ്ട് ചോദിച്ചു.

"വരും, ഞാനല്ലേ പറേണത്. അവൻ മല്ലിക്കുട്ടിയെ വിട്ട് എവിടെ പോകാനാ... ഇത്രേം ദിവസം കൊച്ചമ്മേടെ കണ്ണിപ്പെ ടാതെ നമ്മളവനെ നോക്കീലേ? അവനും അതൊക്കെ മനസി ലായിട്ടൊണ്ട്. ഒറപ്പായിട്ടും അവൻ വരും."

ചൂടുകഞ്ഞി മോന്തിക്കുടിച്ചിട്ട് പൈലിപ്പാപ്പൻ ജാക്കിയെ കുളിപ്പിക്കാനായി മുകളിലേക്ക് കയറിപ്പോയി. മല്ലിക്ക് ഒരു സമാ ധാനവും കിട്ടുന്നില്ല. അമ്മ വിളമ്പിവച്ചിട്ടു പോയ ഭക്ഷണം അവൾ തുറന്നുനോക്കിയതുപോലുമില്ല. എങ്ങനെയും മിട്ടുവിനെ കണ്ടുപിടിക്കണം. അവൻ ആ കുന്നിനപ്പുറത്ത് തന്നെയും കാത്ത് കിടക്കുന്നുണ്ടാവും.

അവൾ ആരും കാണാതെ പുറത്തിറങ്ങി. കരിയിലകൾ ഒച്ച യുണ്ടാക്കാതിരിക്കാൻ പതുക്കെ ചുവടുകൾ വച്ചു. നടന്ന് നടന്ന് അവൾ കുന്നിനു മുകളിലെത്തി. കുന്നിനപ്പുറത്ത് കുത്തനെ യുള്ള ഇറക്കമാണ്. അകലെനിന്ന് ഒരു കാട്ടുചോലയുടെ കളക ളാരവം കേൾക്കാം. ഭയാനകമായ വിജനതയിൽ അവൾ ഭീതി യോടെ ചുറ്റും നോക്കി. ആരെയും കാണുന്നില്ല. ഒരിലപോലും അനങ്ങുന്നില്ല.

"മിട്ടൂ..............." അവൾ ഉറക്കെ വിളിച്ചു. നാലു ദിക്കിൽനിന്നും ആ ശബ്ദം മാറ്റൊലികൊണ്ടു. മിട്ടുവിന്റെ വല്ല ഞരക്കവും കേൾക്കുന്നുണ്ടോയെന്നറിയാൻ അവൾ കാതുകൂർപ്പിച്ചുനിന്നു.

പിന്നിൽനിന്ന് കരിയില അനങ്ങുന്ന ശബ്ദം കേട്ട് അവൾ തിരിഞ്ഞു നോക്കി. അരയിൽ വള്ളിക്കൂട കെട്ടിയ ഒരു ടാപ്പിങ്ങു കാരൻ. ഒട്ടുപാലു പറ്റിപ്പിടിച്ച കൈലിമുണ്ട് വീതിയുള്ള തോൽ ബെൽറ്റുകൊണ്ട് മുറുക്കിയതുകണ്ടപ്പോൾ അയാൾ ഒരു *കാക്കാ

---

* കാക്കാ–ഇക്കാക്ക

യാണെന്ന് അവൾക്ക് മനസിലായി. തലയിൽ ചുറ്റിയ ചുവന്ന തോർത്ത് അഴിച്ച് മുഖം തുടച്ചുകൊണ്ട് കാക്കാ ചോദിച്ചു.

"മോള് ആരെയാ വിളിച്ചത്?"

"മിട്ടൂനെ..."

"അതാരാ, മോളിന്റെ അനിയനാ?"

അതുകേട്ടപ്പോൾ മല്ലിക്കു ചിരിവന്നു അവൾ വാ പൊത്തിക്കൊണ്ട് പൊട്ടിപ്പൊട്ടിച്ചിരിച്ചു.

"മോളിന്റെ ചിരി കേക്കാൻ നല്ല രസണ്ട്ട്ടോ. മോള് ആരിന്റെ മോളാ? മുമ്പ് കണ്ടിട്ടില്ലല്ലോ..."

മല്ലിയുടെ മുഖം പെട്ടെന്ന് മ്ലാനമായി. ഒരു നിമിഷം അവൾ തന്റെ അച്ഛനെക്കുറിച്ചോർത്തു. ആരായിരിക്കാം തന്റെ അച്ഛൻ? എവിടെയായിരിക്കും അച്ഛനിപ്പോൾ? എന്നെങ്കിലും അച്ഛനെ കാണാൻ പറ്റോ?..... അമ്മയോട് അതേപ്പറ്റി ചോദിക്കാൻ തനിക്ക് ഇതുവരെ ധൈര്യം വന്നിട്ടില്ല. ഇതുവരെ അമ്മ അങ്ങനെയൊരാളെപ്പറ്റി പറഞ്ഞിട്ടുമില്ല.

"എന്താ മോളേ, *മൊകറ് വല്ലാതായയല്ലോ? അല്ലാ മിട്ടു ആരാന്ന് ഇനിയും പറഞ്ഞില്ലല്ലോ."

"മിട്ടു എന്റെ പട്ടിക്കുട്ടിയാണ്. അവൻ ഈ കുന്നിന്റെ മോളിലേക്ക് വന്നിട്ട് കാണുന്നില്ല."

"ഓ, അതാണോ കാര്യം? മാമ കാണിച്ചു തരാലോ. ദാ ആ കാണണ പാറക്കെട്ടിന്റെ ചോട്ടില് കെടക്ക്ണത് ഞാൻ കണ്ട താണ്. ബാ, ഞമ്മക്ക് അങ്ങട്ട് നടക്കാം."

മല്ലി ഉത്സാഹത്തോടെ മാമന്റെ പിന്നാലെ നടന്നു.

"അല്ലാ, മോള് ആരിന്റെ മോളാന്ന് ഇന്നീം പറഞ്ഞില്ലാ."

"ഇവ്ടുത്തെ ബംഗ്ലാവിലെ അടുക്കളപ്പണിക്ക് വന്ന കാര ത്ത്യാനീന്റെ മോളാ."

"ഓ.. ഓ.. മനസിലായി. രാവിലെ അന്റമ്മ എങ്ങട്ടോ പോണത് കണ്ടല്ലോ...?"

"നാട്ടിൽ പോയതാ, സന്ധ്യയാമ്പളേക്ക് വരും."

"എന്താ മോൾടെ പേര്?"

---

*   മൊകറ് – മുഖം

"മല്ലിക. മല്ലീന്നു വിളിക്കും. മാമന്റെ പേരെന്താ?"

"അതൊക്കെ മാമ പിന്നെ പറയാട്ടോ. ആദ്യം ഞമ്മക്ക് മിട്ടൂനെ തെരയാം. ന്താ....?"

"മാമാ, നിക്ക്....എനിക്കു പേടിയാവണ്ണ്ട്. താഴേക്കു നോക്കീട്ടു പേടിയാവ്ണു. ഞാൻ വീഴും. ഞാനിവിടെ നിക്കാം. മാമ പോയി നോക്കീട്ടു വാ."

"അയ്, അയ്... മോളെന്തിനാ പേടിക്കണേ.... മാമയില്ലേ കൂടെ.."

അയാൾ മല്ലിയെ വാരിയെടുത്ത് തോളിലിട്ടു. എന്നിട്ട് അതി വേഗം നടന്നു. പാറക്കെട്ടും കഴിഞ്ഞ് അയാൾ വീണ്ടും മുന്നോട്ടു നടന്നപ്പോൾ മല്ലി പറഞ്ഞു."

"മാമാ, ആ പാറക്കെട്ടിന്റെ അടീല് മിട്ടൂനെ നോക്കണ്ടേ...."

"അവടെയൊന്നും കണ്ടില്ലല്ലോ മോളേ. കൊറേ അപ്പറ ത്തൊരു പാറക്കെട്ടൊണ്ട്. അവിടെ കെടക്ക്ണുണ്ടാവും മോളിന്റെ മിട്ടു."

"അയ്യോ! മാമാ, ഞാനില്ല. എന്നെ താഴെയിറക്ക്. ഞാൻ പിന്നെ പൈലിപ്പാപ്പനേം കൂട്ടി വന്ന് നോക്കിക്കോളാം..വിട്. ഞാമ്പോട്ടെ."

"ഏയ്, ഇത്രയ്ക്കറ്റം വന്നിട്ട് മടങ്ങിപ്പോവ്വേ....അതുകൊള്ളാം. മാമ കുട്ടീനെ ബംഗ്ലാവിൽ കൊണ്ടാക്കിത്തരാലോ.."

"വേണ്ട...വേണ്ട...എനിക്കിപ്പൊ പോണം...."

മല്ലി കുതറിയപ്പോൾ അയാൾ അവളെ മുറുക്കിപ്പിടിച്ചു. അയാ ളുടെ നടത്തത്തിന് വേഗത കൂടിയതുപോലെ. അവൾക്ക് വല്ലാത്ത ഭയം തോന്നി. ഹൃദയത്തിൽ ആരോ ഉലക്കകൊണ്ട് തെരുതെരെ ഇടിക്കുന്നു. അവൾ എല്ലാ ഊർജവുമെടുത്ത് ഉറക്കെ വിളിച്ചു.

"അമ്മേ......"

അയാൾ അവളെയുംകൊണ്ട് ആഞ്ഞു നടക്കുകയാണ്. വീണ്ടും ഉറക്കെ വിളിക്കാനായി അവൾ തൊണ്ട തുറന്നെങ്കിലും പേടികൊണ്ട് ശബ്ദം തൊണ്ടയിൽ കുടുങ്ങി. അവൾ അറിയാ വുന്ന ദൈവങ്ങളെയെല്ലാം വിളിച്ച് പ്രാർഥിച്ചു. ഒന്നു കുതറാൻ ശ്രമിച്ചെങ്കിലും കാലുകൾ കുഴഞ്ഞതുപോലെ അവൾക്കു തോന്നി.

"ബെയ്....ബെയ്...ബെയ്..."

മിട്ടുവിന്റെ കുര കേട്ട് അവൾ ചുറ്റും നോക്കി. ദൂരെനിന്ന് ഒരു കൊടുങ്കാറ്റുപോലെ മിട്ടു പാഞ്ഞുവരുന്നത് അവൾ കണ്ടു.

"മാമാ, ദാ മിട്ടു വരുന്നുണ്ട്."

പക്ഷേ, അയാൾ അതു കേൾക്കാത്ത ഭാവത്തിൽ മുന്നോട്ട് ആഞ്ഞുനടന്നു. മല്ലിക്ക് അയാളെക്കുറിച്ചുള്ള എല്ലാ വിശ്വാ സവും അതോടെ നഷ്ടപ്പെട്ടു. അവൾ കരയാൻ തുടങ്ങി. പക്ഷേ, ശബ്ദം പുറത്തേക്കു വന്നില്ല.

സെക്കൻറുകൾക്കുള്ളിൽ മിട്ടു മല്ലിയുടെ സമീപത്തെത്തി. ശ്വാനബുദ്ധി ഉണർന്നു. എന്തോ അപകടം അവൻ മണത്തറി ഞ്ഞു. മല്ലിയെ വഹിച്ചുകൊണ്ടുപോകുന്ന കിരാതന്റെ കാലിൽ കടിക്കാൻ അവൻ ആഞ്ഞു.

"*അറാം പിടിച്ച സാധനമേ... പോ..പോ..."

മിട്ടുവിനെ ആക്രമിക്കാനായി ഒരു വിറകുകഷണം എടു ക്കാൻ അയാൾ കുനിയുന്നതിനിടയിൽ മല്ലി കുതറിച്ചാടി. മിട്ടു അയാളുടെ മുണ്ടിൽ കടിച്ചുവലിച്ചു. കാലിൽ പട്ടിയുടെ കടി യേൽക്കുമെന്നുറപ്പായപ്പോൾ അയാൾ പിന്തിരിഞ്ഞു. മിട്ടു അയാളെ പിന്തുടർന്ന് ഭീഷണിപ്പെടുത്തിക്കൊണ്ടിരുന്നു. ആ സമ യംകൊണ്ട് മല്ലി ഓടി ബംഗ്ലാവിലെത്തി.

അവളുടെ കിതപ്പ് മാറാൻ ഏറെ നേരമെടുത്തു. മിട്ടുവിന്റെ ധൈര്യം അവൾ ആദ്യമായിട്ടാണ് കാണുന്നത്. തന്നെ ഒരു വലിയ അപകടത്തിൽനിന്ന് അവൻ രക്ഷിച്ചിരിക്കുന്നു. അമ്മ വരുമ്പോൾ ഇത് എങ്ങനെ പറയണമെന്ന് ആലോചിച്ച് അവൾ ഇരുന്നു.

"നീയെവിടെപ്പോയിരുന്നു മല്ലീ....നിന്നെ ഞാൻ എവിടെ യൊക്കെ തെരക്കീന്നോ."

ദേഷ്യപ്പെട്ട് കയറിവന്ന പൈലിച്ചേട്ടനോട് അവൾ എല്ലാം പറഞ്ഞു.

"എന്റെ മാർട്ടിൻ പുണ്യാളാ, നീ കാത്തല്ലോ."

മാർട്ടിൻ പുണ്യാളന്റെ പടമുള്ള കഴുത്തിലെ **ബന്തിങ

---

* അറാം-വർജിക്കപ്പെട്ടത്.
** ബന്തിങ- പ്രാർഥിച്ചുകെട്ടിയ ചരട്.

യിൽ പൈലി മൂന്നു പ്രാവശ്യം മുത്തി.

"ഇനി എന്റെ പൊന്നുമോള് ഈ ബംഗ്ലാവിന്റെ പൊറത്തേക്ക് ഒറ്റയ്ക്ക് പോകരുത്. ഇനി ആരു വിളിച്ചാലും ഇങ്ങനെ വിശ്വസിച്ച് പൊറകേ പോയേക്കല്ലേ. എന്തായാലും മിട്ടൂന് ഇന്ന് ഒരു ഉഗ്രൻ സമ്മാനമുണ്ട്. കൊച്ചമ്മ വരുന്നതിനു മുമ്പ് തന്നെ ഞാനത് അവന് കൊടുക്കുന്നുണ്ട്."

"ഉം....എനിക്കറിയാം. ജാക്കിക്കു കൊടുക്കാൻ വച്ച മൊട്ടയും കരളും."

"ഞാ.....കറക്ട്."

"പൈലിപ്പാപ്പാ....മിട്ടൂനെ അയാൾ തല്ലിക്കൊല്ലുമോ?"

"ഏയ്, അവൻ ഉശിരുള്ള ചൊണക്കുട്ടിയാ. അതാണ് വംശ ഗുണം. റെഡിമെയ്ഡ് ജന്തുക്കൾക്ക് തൊങ്ങലും പത്രാസും മാത്രേയുള്ളൂ. ഭീരുക്കളാ. ബുത്തിയൊണ്ടോ, അതുമില്ല. നോക്കിക്കോ ആളും തക്കോം നോക്കി അവനിങ്ങെത്തും. അല്ലാ, നീയിതുവരെ ഒന്നും കഴിച്ചില്ലല്ലോ."

മല്ലിക്ക് വിശപ്പു തോന്നിയില്ലെങ്കിലും പൈലിപ്പാപ്പന്റെ നിർബ ന്ധംമൂലം കുറച്ച് കഞ്ഞി മോന്തിക്കുടിച്ചു. എന്നിട്ട് പാപ്പനോ ടൊപ്പം പൂന്തോട്ടത്തിലേക്ക് പോയി.

എട്ട്

അലമുറയിട്ടുകൊണ്ടാണ് കാർത്തു ബംഗ്ലാവിലേക്ക് കയ റിവന്നത്. അതുകേട്ട് കൊച്ചമ്മയും പൈലിയും മല്ലിയും ഓടി ക്കൂടി.

"ഈ മൂവന്തിനേരത്ത് ഇങ്ങനെ കെടന്ന് അലറിവിളിക്കാൻ ഇവിടെ എന്തുണ്ടായി?" കൊച്ചമ്മ അരിശത്തോടെ ചോദിച്ചു.

"അപ്പൊ നിങ്ങളൊന്നും അറിഞ്ഞിട്ടുപോലുമില്ല, അല്ലേ? എന്റെ കുഞ്ഞിന്റെ ചവം കണ്ടാലേ എല്ലാരും ഇവിടെ സംഭവിച്ച തൊക്കെ അറിയൂ. എന്താ ഉണ്ടായേന്ന് പാപ്പനോടുതന്നെ ചോദിക്ക്. ചോദിക്കാനും പറയാനും ഇല്ലാത്തോരെടെ നേർക്ക് എന്തും ആവാമെന്നാണോ? ഇനി എങ്ങനെ എന്റെ കുഞ്ഞിനെ ഇവിടെ വിശ്വസിച്ചിരുത്തീട്ട് പോകും....?"

നെഞ്ചത്തടിച്ചുകൊണ്ട് കാർത്തു പറയുന്നതു കേട്ട് മല്ലിയും കരയാൻ തുടങ്ങി. അവൾ അമ്മയുടെ അരയിൽ ചുറ്റിപ്പിടിച്ചു കൊണ്ട് നിന്നു. അന്നു രാവിലെ എസ്റ്റേറ്റിൽ വച്ച് നടന്ന സംഭവം പൈലി കൊച്ചമ്മയോട് വിവരിച്ചു.

"ഞങ്ങള് പോവ്വാണ്, ഇനീം ഇവിടെ നിന്നാൽ അവൻ എന്റെ കുഞ്ഞിനെ കൊന്നുകളയും."

കാർത്തുവിനെ സമാധാനിപ്പിക്കാൻ കൊച്ചമ്മ ഏറെ ബുദ്ധി മുട്ടി. ഒടുവിൽ കരച്ചിലടങ്ങിയപ്പോൾ കൊച്ചമ്മ പറഞ്ഞു:

"എന്തായാലും ദൈവാധീനംകൊണ്ട് ഒന്നും പറ്റിയില്ലല്ലോ. ഇങ്ങനെയൊരു സംഭവം ഈ എസ്റ്റേറ്റിൽ ആദ്യമാണ്. ഇനി ഇങ്ങനെയൊന്ന് ഇവിടെയുണ്ടാവില്ല. അതിനുള്ള വഴി ഞാൻ നോക്കിക്കോളാം."

കൊച്ചമ്മയുടെ വാക്കുകൾ കാർത്തുവിന്റെ മനസിനെ തണു പ്പിച്ചു. അവർ മല്ലിയെ വാരിയെടുത്ത് കവിളിൽ ഉമ്മവച്ചു. മല്ലി

സന്തോഷംകൊണ്ട് വീർപ്പുമുട്ടി. കാരണം അവളുടെ ഓർമയിൽ അമ്മ അവളെ ഉമ്മ വച്ചിട്ടില്ല. മാതൃസ്നേഹത്തിന്റെ ഊഷ്മളത അവൾ ശരിക്കും അനുഭവിച്ചറിഞ്ഞു. അമ്മയുടെ നെറ്റിയിലെ വിയർപ്പിന്റെ നനവും മാറിലെ ചൂടും അവൾ അറിഞ്ഞു.

"എവിടെ എന്റെ മിട്ടു. അവനില്ലായിരുന്നെങ്കിൽ..... മുരുകാ... നീ മിട്ടുവിന്റെ രൂപത്തിൽ വന്ന് എന്റെ കുഞ്ഞിനെ രക്ഷിച്ചു." കാർത്തു നെഞ്ചത്തു കൈവച്ച്, ആകാശത്തേക്കു നോക്കി ക്കൊണ്ട് പറഞ്ഞു.

മല്ലി ഓടിപ്പോയി മിട്ടുവിനെ എടുത്തുകൊണ്ടുവന്നു. അവന്റെ തുടയിൽ ടാപ്പിങ്ങുകത്തികൊണ്ട് ആഴത്തിൽ കുത്തി യതിന്റെ മുറിവുണ്ടായിരുന്നു. ഉച്ചകഴിഞ്ഞ് പൈലിയും മല്ലിയും ചേർന്ന് നടത്തിയ തെരച്ചിലിലാണ് അവനെ കണ്ടെത്തിയത്. കരി യിലകൾക്കുള്ളിൽ ചോരവാർന്ന് അവശനായി കിടക്കുകയായി രുന്നു അവൻ. പൈലി പച്ചമരുന്നരച്ച് മിട്ടുവിന്റെ മുറിവിൽ വച്ചു കെട്ടിയതുകൊണ്ട് അവനിപ്പോൾ കുറച്ച് ആശ്വാസമുണ്ട്. കാർത്തു അവനെ വാരിയെടുത്ത് നെറുകയിൽ തടവി. ചെവി കൾ പിന്നിലേട്ട് കൂർപ്പിച്ച്, കണ്ണുകൾ പാതിയടച്ചുപിടിച്ച്, വാലാട്ടി ക്കൊണ്ട് അവൻ ആ സ്നേഹസ്പർശം ശരിക്കും ആസ്വദിച്ചു. കൊച്ചമ്മ അകത്തുപോയി ഒരു പാത്രത്തിൽ കുറച്ച് എല്ലിൻസൂപ്പു മായി തിരിച്ചുവന്നു.

"പൈലീ, ഇതേ, ഇതങ്ങ് ആ പട്ടിക്ക് കൊടുത്തേക്ക്. ജാക്കി കുടിച്ചതിന്റെ ബാക്കിയിരുന്നതാ. എന്നിട്ടതിനെ പുറകിലെ ചായ്പ്പിൽ പിടിച്ച് പൂട്ടിയേക്ക്. അല്ലെങ്കിൽ രാത്രി ജാക്കിയെ അഴി ച്ചുവിടുമ്പൊ കടിപിടിയുണ്ടാവും." കൊച്ചമ്മ സൂപ്പുപാത്രം നീട്ടി ക്കൊണ്ട് പറഞ്ഞു.

കൊച്ചമ്മയുടെ ആ സമീപനം മല്ലിക്ക് തീരെ പിടിച്ചില്ല. സൂപ്പ് നിരസിച്ചുകൊണ്ട് മിട്ടു അന്തസ് കാട്ടിയത് അവൾക്ക് വളരെ ഇഷ്ടപ്പെട്ടു. എന്തായാലും മിട്ടുവിന് ഇനി വെളിച്ചത്തു വരാലോ. എത്ര ദിവസമായി അവൻ പാത്തും പതുങ്ങിയും നടക്കുന്നു. കൊച്ചമ്മയുടെ കാറിന്റെ ഇരമ്പൽ കേട്ടാൽ അവൻ മാജിക്ബാസ് കറ്റിനുള്ളിൽ കയറി ചുരുണ്ടു കിടക്കും. രണ്ടാഴ്ചകൊണ്ട് അവൻ

കുറേ വളർന്നിരിക്കുന്നു. ബാസ്കറ്റിനകത്ത് ഞെരുങ്ങിയാണ് അവൻ കിടക്കുന്നത്. എന്തായാലും അവന് ഇവിടെ ജീവിക്കാ നുള്ള അനുവാദം കിട്ടിയല്ലോ. അതുതന്നെ വലിയ കാര്യം.

മല്ലിയും പൈലിയും ചേർന്ന് മിട്ടുവിനെ ചായ്പ്പിൽ കൊണ്ടു പോയി പൂട്ടിയിട്ടു. ആദ്യമായി അവന്റെ കഴുത്തിൽ ചങ്ങല വീണു. ഇനി മുതൽ അവൻ പകൽ മാത്രം സ്വതന്ത്രൻ. രാത്രി ഇത് ആൾസേഷ്യനായ ജാക്കിയുടെ ലോകമാണ്. അവിടെ മെല്ലിച്ചുണ ങ്ങിയ, വാലിൽ പുള്ളിയുള്ള നാടൻവംശജനായ മിട്ടു അടിമച്ചങ്ങ ലയിൽ കഴിയണം. ജാക്കി ക്ലബ്ബിൽ പോയില്ലെങ്കിൽ രാവും പകലും ഒരുപോലെ മിട്ടു ചങ്ങലയ്ക്കുള്ളിൽ കഴിയേണ്ടിവരും.

മിട്ടുവിന്റെ നെറ്റിയിൽ തടവിക്കൊണ്ട് ഓരോന്ന് ആലോചി ക്കുന്നതിനിടയിൽ മല്ലിയുടെ ചിന്ത പെട്ടെന്ന് വഴിതിരിഞ്ഞു. ചേച്ചിയെക്കുറിച്ചുള്ള വിവരം അറിയാൻ അമ്മ വരുന്നതും കാത്തിരിക്കുകയായിരുന്നു അവൾ. അടുക്കളയിൽ ആഹാരം കഴി ച്ചുകൊണ്ടിരുന്ന അമ്മയുടെ അരികിലേക്ക് അവൾ ചെന്നു.

"അമ്മ പോയിട്ട് കണ്ടോ?"

"എവടെ? എല്ലാക്കുറിയും പോലെത്തന്നെ വണ്ടിക്കൂലി പോയതു മിച്ചം."

"ആ ബോഡി പിന്നെ ആരുടേതായിരുന്നു?"

"അറിയില്ല. മോർച്ചറിയിൽ സൂക്ഷിച്ചിരിക്കുകയാണ്. മുഖം മനസിലാവുന്നില്ല. മറ്റ് അടയാളങ്ങളെല്ലാം പൊലീസ് പുറത്തു വിട്ടിട്ടുണ്ട്. ആളുകൾ വന്നും കണ്ടും പോകുന്നുണ്ട്. ബോഡി ആരെങ്കിലും തിരിച്ചറിഞ്ഞാൽ പിറ്റേന്ന് പത്രത്തിൽ വരും."

സങ്കടവും ദേഷ്യവും എല്ലാംകൂടി കൂടിക്കുഴഞ്ഞ, അവശ മായ ഒരു ഭാവമായിരുന്നു കാർത്തുവിന്റെ മുഖത്ത്. അതുകൊണ്ട് മല്ലി കൂടുതലൊന്നും അന്വേഷിക്കാൻ പോയില്ല. അവളുടെ മനസും കല്ലിച്ചുപോയിരുന്നു.

ഒമ്പത്

പുകപ്പുരയിൽനിന്നും റബ്ബർഷീറ്റ് മോഷണം പോയ കാര്യം എസ്റ്റേറ്റിലാരും അറിഞ്ഞിരുന്നില്ല. രാവിലെ ടാപ്പിങ്ങിനെത്തിയ തൊഴിലാളികളെയെല്ലാം കൊച്ചമ്മ റാട്ടപ്പുരയിൽത്തന്നെ പിടി ച്ചിരുത്തി. ദൂരെനിന്ന് ഒരു ജീപ്പിന്റെ ഇരമ്പൽ കേട്ട് കാര്യമറി യാതെ എല്ലാവരും പരസ്പരം നോക്കി. നേർത്ത കോടമഞ്ഞിനെ വകഞ്ഞുമാറ്റിക്കൊണ്ട് വന്ന പൊലീസ്ജീപ്പ് റാട്ടപ്പുരയുടെ മുന്നിൽ സഡൻബ്രേക്കിട്ടു. തൊഴിലാളികളെല്ലാവരും ചാടിയെഴു ന്നേറ്റ് തലേക്കെട്ടഴിച്ചു.

"എസ്റ്റേറ്റിൽ ഇന്നലെ രാത്രി മോഷണം നടന്നിട്ടുണ്ടെന്ന് ഞങ്ങൾക്കറിവു കിട്ടി. ഞങ്ങൾ പറയുന്നതുവരെ ആരും ഇവി ടെനിന്ന് പോകരുത്."

ഇൻസ്പെക്ടർ തൊഴിലാളികളോടായി പറഞ്ഞു. എന്നിട്ട് കൊച്ചമ്മയുടെ പിന്നാലെ പൊലീസുകാർ പുകപ്പുരയിലേക്കു പോയി. അവിടെനിന്ന് അവർ തൊഴിലാളികൾ താമസിക്കുന്ന പാടിയിലേക്കു നീങ്ങി. ഏതാണ്ട് മുക്കാൽ മണിക്കൂർ കഴിഞ്ഞ പ്പോഴേക്കും ഒരു കെട്ട് റബ്ബർഷീറ്റുമായി പോലീസുകാർ മടങ്ങി യെത്തി.

"ആരാണ് ബ്ലോക്ക് നമ്പർ പതിനാലിലെ ബാവുട്ടി?"

എല്ലാവരും 'ഞരമ്പു'ബാവുവിന്റെ മുഖത്തേക്കു നോക്കി.

അപ്പോൾ ഇൻസ്പെക്ടർ അയാളുടെ കോളറിനു കയറിപ്പിടിച്ചു.

"നടക്കെടാ ജീപ്പിലേക്ക്." ഇൻസ്പെക്ടർ അലറി.

"സാറേ, ഇത് ചതിയാണ് സാറേ.....ഞാൻ ഒന്നുമറിഞ്ഞിട്ടില്ല." ബാവുട്ടി തൊഴുകൈയുമായി കേണു.

"അതൊക്കെ അങ്ങ് സ്റ്റേഷനിൽ ചെന്നിട്ട്...ഇപ്പൊ നീ ജീപ്പിൽ കേറ്."

പൊലീസ് ജീപ്പ് അതിവേഗം പാഞ്ഞുപോയി. തൊഴിലാളി കൾ എന്തുചെയ്യണമെന്നറിയാതെ മരവിച്ചുനിന്നു. വേറെ എന്തെ ങ്കിലും പ്രശ്നമായിരുന്നെങ്കിൽ അവർ ഒരുമിച്ചു നിൽക്കുമായി

രുന്നു. പക്ഷേ, ഇത് മോഷണക്കുറ്റമാണ്. കൂട്ടുനിന്നാൽ തങ്ങളും പ്രതിക്കൂട്ടിലാവും. അതുകൊണ്ട് ആരും ഒന്നും മിണ്ടിയില്ല. കൊച്ചമ്മ നിർദേശിച്ചതനുസരിച്ച് എല്ലാവരും കത്തിയും കൂടയുമെടുത്ത് അവരവരുടെ ബ്ലോക്കുകളിലേക്ക് പോയി.

കാർത്തുവിനെ വിളിച്ച് കൊച്ചമ്മ എന്തോ സ്വകാര്യം പറയുന്നത് മല്ലി കണ്ടു. പൊലീസ് ജീപ്പ് വന്നതും പോയതുമൊക്കെ അവൾ ബംഗ്ലാവിന്റെ പുറകിലെ ചായ്പിൽനിന്നുകൊണ്ട് കാണുന്നുണ്ടായിരുന്നു. കഴിഞ്ഞ ദിവസം തന്നെ ബലമായി പിടിച്ചുകൊണ്ടുപോയ ആ മാമയെയാണ് പൊലീസ് കൊണ്ടുപോയതെന്ന് അവൾക്കു മനസിലായി. കൊച്ചമ്മ പോയപ്പോൾ അവൾ കാർത്തുവിന്റെ അടുത്തുചെന്ന് മെല്ലെ ചോദിച്ചു:

"എന്തിനാണമ്മേ പോലീസുകാര് വന്നത്?"

"അതൊന്നും നീയറിയേണ്ട. അത് കുട്ടികളറിയേണ്ട കാര്യമല്ല. ഞാ. പിന്നേയ്, ഇനി നിന്നെ ഇവിടെ തനിച്ചാക്കീട്ട് എവിടേം പോകരുതെന്ന് കൊച്ചമ്മ പറഞ്ഞു. അമ്മ എവിടെ പ്പോയാലും നിന്നേംകൊണ്ടേ പോകാവൂന്ന്."

കാർത്തു പറയുന്നത് എല്ലാമൊന്നും മല്ലി ശ്രദ്ധിച്ചില്ല. അവൾക്ക് ആകെയൊരു പരിഭ്രമം. എന്തിനായിരിക്കാം അയാളെ പൊലീസ് കൊണ്ടുപോയത്. അയാളെ ജീവപര്യന്തം ശിക്ഷിച്ച് ജയിലിലിട്ടിരുന്നെങ്കിലെന്ന് അവൾ ആശിച്ചു. പൈലിപ്പാപ്പൻ വരുമ്പോ ചോദിക്കാം. അവൾ തീരുമാനിച്ചു.

അന്ന് പതിവിലും താമസിച്ചാണ് പൈലിപ്പാപ്പൻ എത്തിയത്. രാത്രി ഉറക്കം ശരിയായില്ലത്രേ. എഴുന്നേൽക്കാൻ വൈകിപ്പോയി. പക്ഷേ, കൊച്ചമ്മ അതിന് പരാതിയൊന്നും പറഞ്ഞില്ല. അല്ലെങ്കിലും പൈലിപ്പാപ്പന് ഇവിടെ എല്ലാത്തിനും സ്വാതന്ത്ര്യമുണ്ടല്ലോ. ആ മാനേജർക്കുപോലും കൊച്ചമ്മയെ പേടിയാണ്. മല്ലി ആലോചിച്ചു.

അന്ന് പൂന്തോട്ടത്തിലെത്തിയതും മല്ലി പറഞ്ഞു:

"പൈലിപ്പാപ്പാ...ഇന്നിവിടെ പോലീസുകാര് വന്നിരുന്നു. ഒരാളെ പിടിച്ചോണ്ടു പോകുന്നതും കണ്ടു."

"ഞാ, അതാണ് കൊച്ചമ്മയുടെ ബുദ്ധി. ഒരാളെ പൊറത്താ

കണമൊന്ന് വിചാരിച്ചാ അത് ഇരുചെവിയറിയാതെ നടത്തിയി
രിക്കും. മോഷണമാവുമ്പോ വക്കാലത്തു പറയാൻ ആരും
പോവില്ല. ജാമ്യത്തിലിറക്കാനും പോവില്ല. കെടക്കട്ടെ, കൊറേ
ദിവസം ജയിലില്. സഹതടവുകാർ അവന്റെ പരിപ്പെടുക്കും;
നോക്കിക്കോ. ഇനി മേലാൽ അവൻ ഇതുപോലൊരു കടുംകൈ
ചെയ്യരുത്."

മല്ലിക്ക് എല്ലാം പിടികിട്ടി. പിന്നെ അവൾ ഒന്നും സംസാരി
ച്ചില്ല. അവളെ ഉന്മേഷവതിയാക്കാനായി പൈലി പറഞ്ഞു:

"മല്ലീ, ഇതു കണ്ടോ, നിനക്ക് ഏറ്റവും ഇഷ്ടപ്പെട്ട വെള്ള
ച്ചേമന്തി പൂവിട്ടല്ലോ."

"ചേമന്തിയല്ല പാപ്പാ, ജേമന്തി."

"ഞാ–ശരി, ജേമന്തിതന്നെ. രണ്ടെണ്ണം പറിച്ച് മുടിയേൽ
വയ്ക്ക്. നല്ല ചേലായിരിക്കും."

പൈലി അതിരുചെടിയുടെ മണ്ട ക്രോപ്പു ചെയ്യാൻ തുടങ്ങി.
ചെടികൾ നനയ്ക്കുന്ന ജോലിയാണ് മല്ലിക്ക്. ഗാർഡനിലെ ജോലി
ഇപ്പോൾ മല്ലിക്ക് വളരെ ഇഷ്ടമാണ്. ഓരോ ചെടിയെയും അവൾ
വളരെയേറെ സ്നേഹിക്കുന്നു. സത്യത്തിൽ അവരാണ് ഇപ്പോൾ
മല്ലിയുടെ കൂട്ടുകാർ. ഓരോ ചെടിയോടും മൊട്ടിനോടും അവൾ
എന്തൊക്കെ കളികളാണ് പറയാറ്. പൈലിപ്പാപ്പൻ ചെടികൾ
കോതിക്കളയുമ്പോൾ അവൾക്കു സങ്കടം വരും. നന്നായി വളരാ
നാണ് അങ്ങനെ ചെയ്യുന്നതെങ്കിലും വെള്ളമൊഴിച്ച് വളർത്തി
യിട്ട് വെട്ടിക്കളയുന്നതു കാണുമ്പോൾ അവൾക്ക് സഹിക്കാൻ
പറ്റുന്നില്ല. അവൾ പരിഭവിച്ചെന്നു മനസിലാകുമ്പോൾ പൈലി
പ്പാപ്പൻ മിട്ടുവിനെക്കുറിച്ചു സംസാരിക്കും. അതോടെ അവൾക്ക്
ഉത്സാഹം വീണ്ടുകിട്ടും.

"മല്ലീ, നീയറിഞ്ഞോ, കഴിഞ്ഞ ദിവസം പാടിയിലെ കോഴി
ക്കൂട്ടീന്ന് രണ്ടു പൂവമ്മാരെ കുറുക്കൻ കൊണ്ടുപോയി. ഈ
ജാക്കി ഇവിടെയുണ്ടായിട്ട് എന്താ കാര്യം. അവൻ വെറുമൊരു
ഭീരുവാണ്. ഈ ബംഗ്ലാവിനു മുന്നിൽ കെടന്ന് കൊരയ്ക്കാൻ
മാത്രം അറിയാം. രാത്രി ഈ തോട്ടത്തിൽ എന്തു സംഭവിച്ചാലും
അവനറിഞ്ഞ മട്ടേ കാണിക്കില്ല. കൊച്ചമ്മയ്ക്ക് കൊണ്ടുനടക്കാ

മെന്നല്ലാതെ അതിനെ എന്തിനു കൊള്ളാം?"

പൈലിപ്പാപ്പന്റെ അഭിപ്രായം മല്ലിക്ക് നന്നായി രസിച്ചു. അവൾ കൈകൊണ്ട് വാപൊത്തി അമിങ്ങിച്ചിരിച്ചു. അവളെ കുറച്ചുകൂടി രസിപ്പിക്കാനായി പൈലി പറഞ്ഞു:

"അതിനൊക്കെ നമ്മുടെ മിട്ടുനെ കണ്ടു പഠിക്കണം. അവനാരാ മോൻ. രാത്രി അവനെ അഴിച്ചുവിട്ടിരുന്നെങ്കിൽ ഒരു കുറുക്കനും ഈ പരിസരത്തെങ്ങും വരില്ല."

"മിട്ടു ഇപ്പൊ നന്നായി കുരയ്ക്കുന്നുണ്ട് അല്ലേ പാപ്പാ. അവന്റെ ശബ്ദം മാറി. അവനിപ്പൊ ഒരു അരപ്പട്ടിയായിട്ടുണ്ട്. പക്ഷേ, രാത്രി അവൻ കുരയ്ക്കാറേയില്ല. കൊച്ചമ്മയ്ക്കത് ഇഷ്ടമാവില്ലെന്ന് മിട്ടുനറിയാം."

"ഞാ...അതാണ് ഒരു കാട്ടിൽ ഒരു സിംഹം മതിയെന്നു പറയുന്നത്. ജാക്കിയാണ് ഇവിടുത്തെ രാജാവ്. നമ്മളെല്ലാം അവന്റെ പ്രജകൾ. അവനെ നിയന്ത്രിക്കാൻ ഒരാൾക്കു മാത്രമേ അവകാശമുള്ളൂ. അത് ഈ എസ്റ്റേറ്റിന്റെ ഉടമയ്ക്കു മാത്രം. കർത്താവേ, അടുത്ത ജന്മത്തിൽ ഇതുപോലൊരു നായയായി ജനിച്ചാൽ മതിയായിരുന്നു. പിന്നെ ഒന്നുമറിയേണ്ടല്ലോ. സുഖം, സ്വസ്ഥം."

വെയിൽ മെല്ലെ കടുക്കാൻ തുടങ്ങിയപ്പോൾ മല്ലിയുടെ നെറ്റിയിൽ വിയർപ്പ് മുത്തുകളായി ഉരുണ്ടുകൂടി. അവൾ ചെമ്പരത്തിയുടെ തണലിലേക്ക് ഒതുങ്ങിനിന്നുകൊണ്ട് പൂന്തോട്ടത്തിന്റെ ഭംഗി ആസ്വദിച്ചു. പൂന്തോട്ടത്തിലെ ഉയരമുള്ള ചെടി ബോഗൺവില്ലയാണ്. റോസും വെള്ളയും കടുംചുവപ്പും മഞ്ഞയും നിറമുള്ള പൂക്കൾ ഒരൊറ്റ ബോഗൺവില്ലയിൽത്തന്നെ നിൽക്കുന്നതു കാണാൻ എന്തൊരു കൗതുകമാണ്. ബഡ്ഡ് ചെയ്തുണ്ടാക്കിയതാണത്രേ ആ മൾട്ടിക്കളർ ചെടി.

കടുംപച്ച നിറത്തിൽ ഒരേ നിരപ്പിൽ വെട്ടിനിർത്തിയിട്ടുള്ള അതിരുചെടികൾ, സൂര്യനോട് സ്വകാര്യം പറഞ്ഞുകൊണ്ടുനിൽക്കുന്ന സൂര്യകാന്തികൾ, ആന്തൂറിയം, ഒർക്കിഡുകൾ.....നിറങ്ങളുടെ ഒരു ഉൽസവം തന്നെയാണ് ആ പൂന്തോട്ടം. വരിവരിയായി നിൽക്കുന്ന പല നിറത്തിലുള്ള റോസാച്ചെടികളാണ് പൂന്തോട്ടത്തിലെ ഏറ്റവും മനോഹരമായ കാഴ്ച. തുടുത്ത പൂക്കളുള്ള

കടുംചുവപ്പ് റോസയാണ് കൂട്ടത്തിലെ റാണി. ആ കടുംചുവ
പ്പിനു പിന്നിലെ രഹസ്യം ഈയിടെയാണ് പൈലിപ്പപ്പൻ അവ
ളോടു പറഞ്ഞത്. ഇറച്ചി കഴുകിയ ചോരയാണത്രേ അതിന് ഒഴി
ച്ചുകൊടുക്കുന്നത്. ആരും കാണാതെയാണ് പൈലിപ്പാൻ ചോര
വെള്ളം ഒഴിക്കാറ്. കൊച്ചമ്മയോട് ക്ലബ്ബിൽനിന്ന് ആരോ പറ
ഞ്ഞുകൊടുത്തതാണത്രേ ആ സൂത്രം.

മല്ലി പതിവുപോലെ സംശയങ്ങളുടെ ചോദ്യച്ചെപ്പ് തുറന്നു.

"പാപ്പാ, ഈ പത്തുമണിച്ചെടിക്ക് പത്തുമണിയാകുന്നത്
എങ്ങനെ അറിയാം?"

"നല്ല ചോദ്യം. നാലു മണിച്ചെടിക്ക് നാലു മണിയാവുന്നത്
മനസിലാവുന്നതുപോലെത്തന്നെ."

ഉരുളയ്ക്കുപ്പേരി എന്നപോലെ ചോദ്യവും മറുപടിയും. രണ്ടു
പേരും പൊട്ടിച്ചിരിച്ചു. അതുകേട്ടുകൊണ്ടാണ് കാർത്തു വന്നത്.

"ഈ പ്രകൃതീല് അങ്ങനെ ഒരുപാട് മറിമായങ്ങളൊണ്ട്.
അതൊക്കെ പാപ്പനെങ്ങനെ കണ്ടുപിടിക്കാനാ." കാർത്തു
മല്ലിയെ കളിയാക്കി.

കാർത്തു കൊണ്ടുവന്ന കഞ്ഞിവെള്ളം മല്ലിയും പൈലിയും
ദാഹം മാറുവോളം മോന്തിക്കുടിച്ചു. കാർത്തുവിനെ നിർത്തി
ക്കൊണ്ട് പൈലി അപ്പോൾ വെറുതേ ഒരു ഡയലോഗടിച്ചു.

"സ്കൂളു തൊറക്കുമ്പൊ മല്ലി പോവൂല്ലേ? അപ്പൊ നിന്റെ
കുറ്റിമുല്ലയും ജേമന്തിയും നമ്പ്യാർവട്ടവുമൊക്കെ കരയില്ലേ?"

"സ്കൂളു തൊറക്കാൻ ഇനി ഒരു മാസംകൂടിയുണ്ടല്ലോ.
ഞാൻ പോകുമ്പോ ഈ ചെടികളുടെയൊക്കെ തൈകളും
കൊണ്ടുപോകും."

"അതിന് നെനക്കവിടെ മുറ്റോം പറമ്പുമൊക്കെയൊണ്ടോ?"

മല്ലി പെട്ടെന്ന് നിശ്ശബ്ദയായി. എന്നിട്ട് പറഞ്ഞു:

"പെട്ടിക്കവലയിൽ ആർക്കും മുറ്റോം പറമ്പുമില്ല. എന്നാലും
ഞാൻ കൊണ്ടുപോകും. അമ്മേക്കൊണ്ട് കൊറച്ച് ചെടിച്ചട്ടികൾ
വാങ്ങിപ്പിച്ച് അതിൽ നടും. എന്നിട്ട് വീടിനു ചുറ്റും വയ്ക്കും."

"കക്കക്കൊ...." മുറുക്കാൻ തൊണ്ടയിൽ തടുത്തുവെച്ചു
കൊണ്ട് പൈലിപ്പപ്പൻ ചിരിച്ചു.

"മല്ലീടെ അമ്മയെ കൊച്ചമ്മയ്ക്ക് നന്നായി പിടിച്ചിട്ടൊണ്ട്. രണ്ടു മാസത്തേക്ക് വന്നതാണെങ്കിലും ഇവിടെ സ്ഥിരമായി നിർത്താൻ കൊച്ചമ്മ ആലോചിക്കുന്നുണ്ട്."

പൈലിപ്പാൻ ഇപ്പോൾ പറഞ്ഞ വാക്കുകൾ മല്ലിയുടെ ഹൃദയത്തിൽ റോസാമുള്ളുകൾ പോലെ തറച്ചുകയറി. കൊച്ചമ്മ എന്തെങ്കിലും വിചാരിച്ചാൽ അതു നടത്തിയേ അടങ്ങൂവെന്ന് അവൾക്കറിയാം. അമ്മയെ ഇവിടെ പിടിച്ചുനിർത്തിയാൽ താനെങ്ങനെ സ്കൂളിൽ പോകും? അവൾ വീണ്ടും നിശ്ശബ്ദയായി. അപ്പോൾ കാർത്തുവിനെ നോക്കി കണ്ണിറുക്കിക്കൊണ്ട് പൈലി വേറൊരു നമ്പറിട്ടു.

"കൊച്ചമ്മ അമ്മയ്ക്ക് നല്ല ശമ്പളം കൊടുക്കുമെന്നു പറ ഞ്ഞാൽ അമ്മ ഇവിടെനിന്ന് പോകുമോ?"

"പോകും. എനിക്ക് സ്കൂളിൽ പോകണ്ടേ?" മല്ലി ചൊടിച്ചു കൊണ്ടു പറഞ്ഞു.

കാർത്തു ഒന്നും പ്രതികരിക്കാതെ നിർവികാരതയോടെ തിരി ഞ്ഞുനടന്നു.

പൈലി പിന്നെ ഒന്നും പറഞ്ഞില്ല. മല്ലിക്ക് പഠിക്കാൻ നല്ല താൽപ്പര്യമുണ്ടെന്ന് അയാൾക്ക് മനസിലായി. താനായിട്ട് അവ ളുടെ ഭാവി കളയുകയില്ലെന്ന് പൈലി തീരുമാനിച്ചു. സൂര്യൻ ഉച്ചിക്കു മുകളിലെത്തിയപ്പോൾ അവർ പൂന്തോട്ടത്തിലെ ജോലി നിർത്തി. തണലിലിരുന്നുകൊണ്ട് ഇരുവരും അന്നത്തെ ജോലി കൾ വിലയിരുത്തി. പൂന്തോട്ടം നിശ്ശബ്ദമായപ്പോൾ പൂമ്പാറ്റകൾ വരിവരിയായി എത്താൻ തുടങ്ങി. പല നിറമുള്ള പൂമ്പാറ്റകൾ, വണ്ടുകൾ, തേനീച്ചകൾ. ഇനി അവിടം അവരുടെ ലോകമാണ്. മൺവെട്ടി തോളിൽവച്ച്, വെട്ടുകത്തി അരയിൽ തിരുകി പൈലി നടന്നു. തൂക്കുപാത്രവും കെറ്റിലുമായി പിന്നാലെ മല്ലിയും.

പത്ത്

കാർത്തു നല്ല ഉറക്കത്തിലായിരുന്നു. മിട്ടു നിർത്താതെ കുര യ്ക്കുന്നതു കേട്ട് അവർ ചാടിയെഴുന്നേറ്റു. പുറത്ത് കരകരാന്ന് കരിയിലയനങ്ങുന്നുണ്ട്. അവർ ജനാലയിലൂടെ ടോർച്ചടിച്ച് പുറ ത്തേക്കു നോക്കി. ഇരുട്ടിൽ ഇരുട്ടുകട്ടകൾ പോലെ ഒരു പറ്റം കാട്ടുപന്നികൾ നിരന്നു പരതുകയാണ്. അവറ്റയുടെ *തേറ്റ കൊണ്ട് മണ്ണ് കുത്തിയിളക്കുന്നുണ്ട്.

കാർത്തുവിന് പുറത്തിറങ്ങാൻ ധൈര്യം വന്നില്ല. അവർ സെൽഫോണെടുത്ത് പൈലിപ്പാപ്പനെ വിളിച്ച് വിവരം പറഞ്ഞു. പൈലി ഉടനെ കൊച്ചമ്മയേയും വിവരമറിയിച്ചു.

"ഈ ജാക്കിയെവിടെപ്പോയി കിടക്കുന്നു?" സെൽഫോണി ലൂടെ കൊച്ചമ്മ പൈലിയോടു ചോദിച്ചു.

"ജാക്കി നല്ല ഒറക്കത്തിലായിരിക്കും കൊച്ചമ്മേ? എന്താ യാലും കൊച്ചമ്മയിപ്പോ പൊറത്തെറങ്ങണ്ട. നേരം വെളുക്കാ റായല്ലോ. അവറ്റകൾ വന്ന വഴിക്കുതന്നെ പൊയ്ക്കോളും."

"നല്ല കാര്യം, ആ മല്ലീടെ പട്ടിക്കുട്ടി കെടന്ന് ഇത്രേം നേരോ കൊരച്ചിട്ടും ജാക്കി അനങ്ങുന്നില്ലല്ലോ. ഇത്രയും വലിയൊരു പന്നിക്കൂട്ടം ഈ ബംഗ്ലാവിനടുത്തേക്ക് ആദ്യമായിട്ടാണ് വരു

നത്. എന്നിട്ട് അവൻ അറിഞ്ഞില്ലെന്നു വച്ചാൽ...അതോ, അവനു വല്ല ആപത്തും സംഭവിച്ചോ?"

കൊച്ചമ്മയ്ക്ക് ആധി കയറി. അവർ മുറിക്കകത്തുനിന്ന് പുറത്തേക്കുള്ള ലൈറ്റിട്ടു. പന്നിക്കൂട്ടം വാണംവിട്ടപോലെ അക്കരെ കുന്നിലേക്ക് പാഞ്ഞുകയറി.

നേരം വെളുത്തപ്പോൾ കൊച്ചമ്മ ആദ്യം അന്വേഷിച്ചത് ജാക്കിയെയാണ്. പൈലിയും കാർത്തുവും മല്ലിയും അവരുടെ പിന്നാലെയുണ്ട്. പന്നിക്കൂട്ടത്തിന്റെ അക്രമങ്ങൾ ഓരോന്നായി പൈലി കൊച്ചമ്മയെ കാണിച്ചുകൊടുത്തു. അടുക്കളപ്പുറത്തു നിന്നിരുന്ന ചേമ്പും ചേനയുമെല്ലാം കുത്തിമലർത്തിയിരിക്കുന്നു. പക്ഷേ, കൊച്ചമ്മ അതൊന്നും കണ്ട ഭാവം നടിക്കുന്നില്ല. കൊച്ചമ്മ അന്വേഷിക്കുന്നത് ജാക്കിയെയാണ്. രാവിലെ കൊച്ചമ്മ കിടപ്പുമുറിയുടെ വാതിൽ തുറക്കുമ്പോൾ ആദ്യം കാണുന്നത് വാലാട്ടിക്കൊണ്ട്, മുൻകാലുകൾ നീട്ടി, വണങ്ങിക്കൊണ്ട് നിൽക്കുന്ന ജാക്കിയെയാണ്. അവനെന്തുപറ്റിയെന്നറിയാഞ്ഞിട്ട് കൊച്ചമ്മയ്ക്ക് ഒരു സമാധാനവുമില്ല. അവർ ബംഗ്ലാവിന്റെ അകത്തും പുറത്തും തെരയാൻ തുടങ്ങി.

"പേടിക്കാനൊന്നുമില്ല കൊച്ചമ്മേ, ജാക്കി എവിടേലും കെടന്നൊറങ്ങുന്നുണ്ടാവും." ബംഗ്ലാവിന്റെ മുക്കും മൂലയും അരിച്ചു പെറുക്കുന്നതിനിടയിൽ പൈലി കൊച്ചമ്മയെ സമാധാനിപ്പിക്കാനായി പറഞ്ഞു.

"പന്നിക്കൂട്ടം വന്നപ്പോൾ അവൻ കുരച്ചുകേട്ടില്ല; അതാണെന്റെ സംശയം.."

കൊച്ചമ്മയുടെ സംശയം കേട്ടപ്പോൾ മല്ലി അറിയാതെ പറഞ്ഞുപോയി:

"പേടിച്ചിട്ടാവും."

കൊച്ചമ്മയുടെ മുഖം പെട്ടെന്ന് കുമ്പളങ്ങപോലെ വീർത്തു. പൈലിയുടെ മുഖം വിളറി. കാർത്തു നിന്നു വിയർത്തു. തന്റെ വാക്കുകൾ ഉചിതമായില്ലെന്ന് മല്ലിക്ക് മനസിലായി. മൂവരുടെയും മുഖത്തെ വരിഞ്ഞ ഞരമ്പുകൾ ഒന്നയയ്ക്കാനായി മല്ലി പറഞ്ഞു:

"ആ കുന്നുമ്പുറത്തേക്കെങ്ങാനും പോയിക്കാണുമോ? പന്നി

ക്കൂട്ടം പോയ വഴിക്ക്?"

"ഞാ, അത് ചെലപ്പൊ ശരിയാകും. അതിന് സാധ്യതയൊണ്ട്. ഞാൻ അത്തറ്റം പോയി നോക്കിയേച്ചും വരാം." കാട്ടുപന്നിക ളുടെ കാൽപ്പാടുകൾ നോക്കി പൈലി കുന്നിൻമുകളിലേക്ക് കയ റിപ്പോയി.

അഞ്ചു മിനിട്ടു കഴിഞ്ഞപ്പോൾ ജാക്കി കുന്നിൻചെരുവിലൂടെ കുതിച്ചുപാഞ്ഞുവരുന്നത് മല്ലി കണ്ടു. താൻ പറഞ്ഞത് എത്ര ശരിയായി എന്ന് അവൾ ഓർത്തു. വരാന്തയിലെ ചാരുകസേര യിൽ മുഖം വീർപ്പിച്ചിരിക്കുന്ന കൊച്ചമ്മയുടെ അരികിലേക്ക് ജാക്കി കിതച്ചുകൊണ്ട് ചെന്നുനിന്നു. കൊച്ചമ്മ അവനെ കണ്ട ഭാവം നടിച്ചില്ല. അവൻ കസേരയ്ക്കു ചുറ്റും മുട്ടിയുരുമ്മി മൂന്നാലു തവണ പ്രദക്ഷിണം വച്ചു. ഒരു രക്ഷയുമില്ല. കൊച്ചമ്മ കുലുങ്ങുന്നില്ല. അടുത്തിരുന്ന പാത്രത്തിൽ മണംപിടിച്ചുകൊണ്ട് ജാക്കി ദാഹിക്കുന്നതുപോലെ അഭിനയിച്ചുനോക്കി. എന്നിട്ടും കൊച്ചമ്മ അനങ്ങിയില്ല.

"നീയെന്നെ നാണം കെടുത്തിയില്ലേ? പൊയ്ക്കോണം എന്റെ മുന്നീന്ന്."

കൊച്ചമ്മ വഴക്കുപറയുകയാണെന്ന് ജാക്കിക്കു പിടികിട്ടി. അവൻ വാലുതാഴ്ത്തിപ്പിടിച്ച്, കൈകൾ മുന്നോട്ടു നീട്ടി വണ ങ്ങിനിന്നു.

"കാട്ടുപന്നി വന്നപ്പൊ നീയെവിടെപ്പോയി കെടക്കാരുന്നു. ആ ഇത്തിരിപ്പൊന്ന പട്ടി ചങ്കുപൊട്ടിക്കെടന്ന് കൊരച്ചു. നീയോ? നിന്നെ കൊഞ്ചിച്ചത് കൊറച്ചു കൂടിപ്പോയി. എന്നെത്തന്നെ വേണം ഇതിനൊക്കെ പറയാൻ."

കൊച്ചമ്മയുടെ ശകാരത്തിന് മൂർച്ച കൂടിയപ്പോൾ ജാക്കി തല കുനിച്ച്, വാലും തൂക്കിയിട്ട് മെല്ലെ അവിടെനിന്ന് പിൻവാങ്ങി. പൈലി പതിവുപോലെ ജാക്കിയെ കുളിപ്പിച്ച്, എല്ലുസൂപ്പും ചോറും കൊടുത്ത് റെഡിയാക്കി നിർത്തി. കൊച്ചമ്മ ക്ലബ്ബിൽ പോകാനിറങ്ങിവരുന്നതുകണ്ട് അവൻ ഉന്മേഷത്തോടെ വാലാട്ടി. പതിവുപോലെ കാറിന്റെ മുൻസീറ്റിലേക്കുള്ള വാതിൽ തുറക്ക പ്പെട്ടു. ജാക്കി യാന്ത്രികമായി സീറ്റിൽ കയറിയിരുന്നു.

"ജാക്കീ....നീയെന്നോടു പെണങ്ങിയോ?"

ജാക്കിയുടെ മുഖത്ത് സന്തോഷത്തിന്റെ കിരണങ്ങൾ സ്ഫു രിക്കുന്നത് കൊച്ചമ്മ കണ്ടു. അവർ അവന്റെ രോമത്തിൽ മെല്ലെ തലോടി. ലിപ്സ്റ്റിക്കുകൊണ്ട് ചുവപ്പിച്ച ചുണ്ടുകൾ കൊച്ചമ്മ അവന്റെ നെറ്റിയിൽവച്ച് അമർത്തി. ജാക്കി കണ്ണുകളടച്ച് ആ പരിലാളനം ആസ്വദിച്ചു.

കൊച്ചമ്മയുടെ കാർ വളവുതിരിഞ്ഞ് കണ്ണിൽനിന്ന് മറഞ്ഞ പ്പോൾ മല്ലി മിട്ടുവിനെ ചങ്ങലയിൽനിന്ന് അഴിച്ചുവിട്ടു. തന്റെ മിട്ടു രാത്രി സ്വതന്ത്രനായിരുന്നെങ്കിൽ കാട്ടുപന്നികൾ ഇത്ര ധൈര്യമായി ഇവിടെ വിലസുകയില്ലായിരുന്നുവെന്ന് അവൾ ഓർത്തു. പക്ഷേ, പറഞ്ഞിട്ടെന്തു കാര്യം. പാവപ്പെട്ടവന്റെ കഴി വുകൾക്ക് വില കിട്ടുകയില്ലല്ലോ. അവൾ ആരോടെന്നില്ലാതെ പറഞ്ഞു.

പതിനൊന്ന്

വേനൽമഴയുടെ വരവറിയിച്ചുകൊണ്ട് തണുത്ത കാറ്റ് വീശാൻ തുടങ്ങി. പുതിയ തളിരിലകൾ വന്ന് റബ്ബർമരങ്ങളെ വീണ്ടും യൗവ്വനത്തിലേക്ക് തിരിച്ചുകൊണ്ടുവന്നിരിക്കുകയാണ്. വേനൽച്ചൂടിന്റെ കഥയെല്ലാം മറവിയിലാഴ്ത്തിക്കൊണ്ട് തോട്ട ത്തിലാകെ പുതിയ ഉന്മേഷം നിറഞ്ഞു. തളിരിലയിൽനിന്ന് തേൻകണങ്ങൾ ഇറ്റുവീണുകൊണ്ടിരുന്നു. എസ്റ്റേറ്റിൽ വസന്തം വിടർന്നത് തേനീച്ചക്കൂട്ടങ്ങളും അറിഞ്ഞു. അവയുടെ മൂളലും കിളികളുടെ സംഗീതവും ആ വസന്തോൽസവത്തിന് ഹരം പകർന്നു.

സമയം ഉച്ചതിരിഞ്ഞതേയുണ്ടായിരുന്നുള്ളൂ. പെട്ടെന്ന് എസ്റ്റേറ്റിലാകെ ഇരുട്ടു പരന്നു. ഇടിയും മിന്നലും കാറ്റും ഒപ്പ മെത്തി.

കാർത്തു മല്ലിയെ മുറിക്കുള്ളിലാക്കി. റബ്ബർമരങ്ങൾ ആടി യുലയുന്നത് അവൾ ജനാലയിലൂടെ കണ്ടു. മരങ്ങളെല്ലാംകൂടി ഇപ്പോൾ കൂട്ടത്തോടെ കടപുഴകി വീഴുമെന്ന് അവൾക്കു തോന്നി. എന്തോ അശുഭസംഭവത്തിന്റെ സൂചനയായി മിട്ടു ദൂരെയെ വിടെയോ നിന്ന് നീട്ടി ഓരിയിട്ടു. മഴ കനത്തുപെയ്യാനും തുട ങ്ങിയിരുന്നു. മിട്ടുവിന്റെ ദേഹത്തേക്ക് റബ്ബർമരങ്ങൾ മറിഞ്ഞു വീഴുമോയെന്നായിരുന്നു അവളുടെ ഭയം.

മഴ ഒട്ടൊന്നു ശക്തി കുറഞ്ഞപ്പോൾ അവൾ വരാന്തയിലേ
ക്കിറങ്ങി. തോട്ടത്തിൽനിന്ന് പൈലിപ്പപ്പൻ സെൽഫോണിലൂടെ
വിളിച്ചുപറയുന്നത് എന്താണെന്നറിയാൻ അവൾ കാതോർത്തു.

"എ–ബ്ലോക്കിൽ പത്തിരുപത്തഞ്ച് മരം പോയി. സി–യിൽ
അഞ്ചെണ്ണാം ഇ–യിൽ ഒമ്പതും പോയി. ശക്തിയായ കാറ്റായി
രുന്നു കൊച്ചമ്മേ....ഒന്നും ബാക്കി കിട്ടൂല്ലാന്ന് വിചാരിച്ചതാ. എമ്പ
ത്തേഴിലെ കാറ്റിനുശേഷം ഇത്രേം ശക്തിയായ കാറ്റ് ഇതാദ്യമാ.

വൈകുന്നേരത്തെ ന്യൂസിൽ കൊടുക്കാൻ ലോക്കൽ ചാനലു കാരെ വിളിക്കട്ടോ..."

"പൈലീ, എത്ര ലക്ഷം രൂപേടെ മൊതലാ പോയേന്ന് അറിയ്യേ? അപ്പളാ ഒരു ലോക്കൽ ചാനലുകാര്. പോയി വഴീല് വല്ല മരവും കെടപ്പോണ്ടോന്ന് നോക്ക്. ഞാനിപ്പൊത്തന്നെ അങ്ങോട്ട് തിരിക്കുന്നുണ്ട്."

കൊച്ചമ്മയുടെ മറുപടി കേട്ട് പൈലിപ്പാപ്പന്റെ മുഖം വിള റുന്നത് മല്ലി കണ്ടു.

"കൊച്ചമ്മ നല്ല ചൂടിലാ. മരം ഒടിഞ്ഞതിന്. പത്തുമുപ്പത്തെണ്ണം പോയില്ല്യോ? ഇപ്പൊ ങ് വരുമെന്ന്. നീ മിട്ടൂനെ പിടിച്ച് കെട്ടിയി ട്ടോണേ... അല്ലെങ്കിലിനി അതു മതി. അവർക്ക് ഹാലിളകാൻ..."

മല്ലിക്ക് പൈലിപ്പാപ്പനോട് വല്ലാത്ത സഹതാപം തോന്നി. പാവം! നേരം വെളുത്താൽ സന്ധ്യയാകുംവരെ ഈ തോട്ട ത്തിലെ കാര്യങ്ങൾ മുഴുവൻ ഓടിനടന്ന് നോക്കുന്നു. സ്വന്തം കുട്ടികളെപ്പോലും പകൽവെളിച്ചത്തിൽ കാണാറില്ല. എന്നിട്ടും ഇങ്ങനെ പഴി കേൾക്കേണ്ടിവരുന്നത് എത്ര സങ്കടകരമാണ്. കാറ്റിനെ പിടിച്ചുനിർത്താൻ പാപ്പന് കഴിയില്ലെന്ന് ആ കൊച്ച മ്മയ്ക്കറിയാഞ്ഞിട്ടാണോ?

മുറ്റത്തെല്ലാം റബ്ബർമരങ്ങളുടെ ഉണക്കക്കമ്പുകൾ തലങ്ങും വിലങ്ങും വീണുകിടന്നു. കാർത്തു അതെല്ലാം തിടുക്കത്തിൽ വെട്ടിക്കൂട്ടിയിട്ടു.

മഴുവും തോളിൽവച്ച് ഇറങ്ങുമ്പോൾ ആരോടെന്നില്ലാതെ പൈലി പറയുന്നത് കാർത്തുവും മല്ലിയും ശ്രദ്ധിച്ചു.

"ഒരു മരത്തിന് അഞ്ചു പൈസ കൂട്ടിത്തരണമെന്ന് കഴിഞ്ഞ ദിവസംകൂടി ടാപ്പിങ്തൊഴിലാളികൾ ചോദിച്ചതാ. എവിടെ കേക്കാനാ. ഇപ്പൊ കണ്ടില്ലേ? ദാ കെടക്കണു, പത്തുലക്ഷം ഒറ്റ യടിക്ക്. എന്നാലും പഠിക്കില്ല. അതല്ലേ കഷ്ടം...!"

എവിടെയോ മഴ നനയാതെ ഒതുങ്ങിക്കൂടിനിന്ന മിട്ടു പെട്ടെന്ന് ബംഗ്ലാവുമുറ്റത്ത് പ്രത്യക്ഷപ്പെട്ടു. മല്ലി അവനെ ചങ്ങ ലക്കുറ്റിക്കടുത്തേക്കു കൂട്ടിക്കൊണ്ടുപോയി.

പന്ത്രണ്ട്

കൊച്ചമ്മയ്ക്ക് എല്ലാംകൊണ്ടും അന്നൊരു മോശം ദിവ സമായിരുന്നു. ജാക്കിയുടെ ഹെയർഡ്രസ് ചെയ്യാനും നഖം മുറി ക്കാനുമായി പെറ്റ് ക്ലിനിക്കിൽ പോകാനിരുന്നതാണ്. അപ്പോ ഴാണ് പ്രതീക്ഷിക്കാതെ പൈലിയുടെ ഫോൺ വന്നത്.

ഡോഗ്ഷോ അടുത്തു വരുന്നതിനാൽ ഇനിയുള്ള ദിവസ ങ്ങളിൽ ജാക്കിയെ നന്നായി ശ്രദ്ധിക്കണം. നല്ല ആഹാരം കൊടു ക്കാൻ പൈലിക്ക് പ്രത്യേകം നിർദേശം നൽകിയിട്ടുണ്ട്. ഡോഗ്ഷോ അടുക്കുമ്പോഴേക്കും ക്ലബ്ബിൽ പരിശീലകരുടെ തിര ക്കാണ്. റിങ്ങിനകത്തുകൂടെ ചാടുന്ന ഐറ്റമാണ് ജാക്കി ഇക്കുറി അവതരിപ്പിക്കുന്നത്. അതു പഠിപ്പിക്കാൻ ഇരുപത്തയ്യായിരം രൂപ യാണത്രേ പരിശീലകനുള്ള ഫീസ്. ഇത്തവണയെങ്കിലും ജാക്കി ഗോൾഡ് മെഡൽ നേടിയെടുക്കണമെന്നുള്ള വാശിയിലാണ് കൊച്ചമ്മ. പിറ്റേന്ന് പരിശീലനം തുടങ്ങാനിരിക്കേയാണ് എല്ലാം തകിടം മറിഞ്ഞത്. എസ്റ്റേറ്റിലെ നഷ്ടത്തിന്റെ കണക്കുംകൂട്ടി ക്കൊണ്ട് കാർ ഓടിക്കുന്നതിനിടയിൽ എതിരേവന്ന സൈക്കി ളുകാരനെ കൊച്ചമ്മ ശ്രദ്ധിച്ചില്ല. കാറിടിച്ച് സൈക്കിളുകാരൻ തെറിച്ചുവീണു.

അയാളുടെ നിലവിളികേട്ട് ആളുകൾ ഓടിക്കൂടി. അരിശം മൂത്ത നാട്ടുകാർ കാറിന്റെ ചില്ലുതകർത്തു. ഭാഗ്യത്തിന് അയാ

ളുടെ ജീവൻ രക്ഷപ്പെട്ടു. കാർ വർക്ക്ഷാപ്പിലായതിനാൽ അന്ന് ഓട്ടോറിക്ഷ പിടിച്ചാണ് കൊച്ചമ്മ ബംഗ്ലാവിലെത്തിയത്. അപ്പോൾ നേരം സന്ധ്യ മയങ്ങിയിരുന്നു. ആരോടും ഒന്നും മിണ്ടാതെ അവർ മുറിയിൽ കയറി വാതിലടച്ചു.

മരം വീണ് വൈദ്യുതിലൈനുകൾ പൊട്ടിവീണതിനാൽ ബംഗ്ലാവും പരിസരവും ആ രാത്രി അന്ധകാരത്തിലായി. ചില്ലു പാത്രങ്ങളിൽ നിരത്തിവച്ച വിശിഷ്ട ഭോജ്യങ്ങളുമായി പൈലി മടിച്ചുമടിച്ച് കൊച്ചമ്മയുടെ മുറിയിലേക്കു പോയി. കൊണ്ടു പോയതെല്ലാം അതേപടി തിരിച്ചുകൊണ്ടുവന്ന പൈലി അതെല്ലാം മല്ലിക്കു കൊടുത്തു. മല്ലി അതിൽനിന്ന് ഒരു ആപ്പിൾ കഷണം മാത്രമെടുത്ത് കഴിച്ചു. പൈലി ജാക്കിക്കുള്ള എല്ലു സൂപ്പുമായി വീണ്ടും പോയി. ജാക്കി എഴുന്നള്ളാൻ സമയമായ പ്പോൾ മിട്ടു ചങ്ങലയ്ക്കുള്ളിലായി.

പൈലി പതിവിലും വൈകിയാണ് അന്ന് പാടിയിലേക്കു പോയത്. കാർത്തുവും കിടക്കാൻ വൈകി. കൊച്ചമ്മ ഒന്നും കഴി ക്കാഞ്ഞതുകൊണ്ട് കാർത്തുവും കഴിച്ചില്ല. മല്ലിക്ക് ചപ്പാത്തിയും ബീഫ് ഉലത്തിയതും കൊടുത്ത് കിടത്തിയിട്ട് കാർത്തു പായയി ലേക്ക് ചാഞ്ഞതേയുണ്ടായിരുന്നുള്ളൂ.

"അയ്യോ.....ഓടിവരണേ....ഓടിവരണേ...."

കൊച്ചമ്മയുടെ നിലവിളിയാണ് കേട്ടതെന്ന് കാർത്തുവിന് മനസിലായി. അവർ ചാടിയെഴുന്നേറ്റ് ടോർച്ച് തെളിയിച്ചു. കൊച്ചമ്മ വീണ്ടും അലറിവിളിക്കുകയാണ്. എന്തുചെയ്യണമെ ന്നറിയാതെ കാർത്തു പകച്ചുപോയി. മല്ലി നല്ല ഉറക്കം പിടിച്ചി രുന്നു. സെൽഫോണെടുത്ത് പൈലിപ്പാപ്പനെ വിളിച്ചിട്ട് കാർത്തു വാതിൽ തുറന്ന് നോക്കി. കൊച്ചമ്മയുടെ മുറിയിൽ വെളിച്ചമുണ്ട്. ജാക്കി വരാന്തയിലൂടെ അങ്ങോട്ടുമിങ്ങോട്ടും ഓടുകയും ഇട യ്ക്കിടെ കുരയ്ക്കുകയും ചെയ്യുന്നു. കള്ളൻ കയറിയതായിരി ക്കുമെന്ന് കാർത്തു ഊഹിച്ചു. അതുകൊണ്ടുതന്നെ അവർക്ക് തനിച്ച് കയറിച്ചെല്ലാനും പേടി. മിട്ടു ആദ്യമൊന്നു മുരണ്ടു. പിന്നെ നിർത്താതെ കുരയ്ക്കാൻ തുടങ്ങി.

പൈലിയുടെ ടോർച്ചുവെട്ടം കണ്ടപ്പോൾ കാർത്തുവിന് ആശ്വാസമായി. കൊച്ചമ്മ നിലവിളിക്കുന്നതു കേട്ടപ്പോൾ

അദ്ദേഹം ഓടാൻ തുടങ്ങി. എന്നാൽ കള്ളന്മാരല്ലെന്ന് പൈലി ക്കുറപ്പുണ്ട്. കാരണം ഈ എസ്റ്റേറ്റിന്റെ ചരിത്രത്തിൽ ഇന്നോളം അങ്ങനെയൊരു സംഭവമുണ്ടായിട്ടില്ല. പിന്നെ എന്തായിരിക്കാം. പൈലി മുറ്റത്തു കിടന്ന ഒരു പച്ചക്കമ്പ് കയ്യിൽ കരുതി. അതു കണ്ട് കാർത്തുവും കൈയിൽ കിട്ടിയ ഒരു വിറകുകമ്പെടുത്തു.

അടച്ചിട്ട ചില്ലുജാലകത്തിലൂടെ പൈലിക്കും കാർത്തുവിനും കൊച്ചമ്മയെ നന്നായി കാണാം. കൊച്ചമ്മ കട്ടിലിനു മുകളിൽ കയറിനിൽക്കുകയാണ്. താഴോട്ടുനോക്കിക്കൊണ്ട് ഇടയ്ക്കിടെ അലമുറയിടുന്നുമുണ്ട്. പൈലി ജനാലയിൽ മുട്ടി. അതുകേട്ട് കൊച്ചമ്മ വിളിച്ചു പറഞ്ഞു:

"കട്ടിലിനടിയിൽ പാമ്പ്, ഞാനെന്തു ചെയ്യും? എങ്ങനേലു മൊന്ന് രക്ഷിക്കൂ..."

പൈലി പിന്നെ ഒന്നും ആലോചിച്ചില്ല. പച്ചവടികൊണ്ട് ജനാ ലയുടെ ചില്ല് അടിച്ചുപൊട്ടിച്ചു. അതിലൂടെ ജാക്കിയുടെ തല വെളിയിൽ കണ്ട കൊച്ചമ്മ വിളിച്ചുപറഞ്ഞു.

"ജാക്കീ...എന്റെ പൊന്നുജാക്കീ....പാമ്പ്...പാമ്പ്...ഞാനിവി ടുന്ന് അനങ്ങിയാൽ അത് ചാടിക്കൊത്തും. ഞാനെന്തു ചെയ്യും? എന്റെ ഗീവർഗീസ് പുണ്യാളച്ചാ എന്നെ രക്ഷിക്കണേ....ഞാൻ അഞ്ചു പവന്റെ സ്വർണപ്പാമ്പിനെയുണ്ടാക്കിച്ച് നിനക്ക് നേർച്ച വച്ചോളാം. എന്നെ ഒന്നും ചെയ്യല്ലേ...."

അതിനിടയിൽ പൈലി ഒരു നീണ്ട ഇരുമ്പുകമ്പി കൊണ്ടു വന്ന് ജനാലയ്ക്കുള്ളിലൂടെ കടത്തിവിട്ട് വാതിലിന്റെ കുറ്റി അഴിച്ചു. കുറേ പണിപ്പെട്ട് ഒരു വാതിൽപ്പാളി തുറക്കാൻ പറ്റി. അതിലൂടെ പൈലി ജാക്കിയെ അകത്തേക്കു കടത്തിവിടാൻ ശ്രമിച്ചു. പക്ഷേ, ജാക്കി പേടിച്ചു പിൻവാങ്ങി. പൈലി പല വട്ടം ശ്രമിച്ചിട്ടും ജാക്കി അങ്ങോട്ടടുത്തില്ല.

പൈലി പറഞ്ഞതനുസരിച്ച് കാർത്തു വെളുത്തുള്ളി ചതച്ചു വെള്ളത്തിൽ കലക്കിക്കൊണ്ടുവരാനായി അടുക്കളയിലേക്കോടി. പെട്ടെന്നാണ് കാർത്തുവിന് ആ ബുദ്ധി തോന്നിയത്. അവർ ഓടി ച്ചെന്ന് മിട്ടുവിനെ ചങ്ങലയിൽനിന്ന് അഴിച്ചുവിട്ടു. വാണംവിട്ട പോലെ പാഞ്ഞ മിട്ടു നിമിഷങ്ങൾക്കുള്ളിൽ കൊച്ചമ്മയുടെ

മുറിക്കു സമീപമെത്തി. ഒരു നിമിഷം അറച്ചുനിന്നശേഷം അവൻ മണം പിടിച്ചുകൊണ്ട് മുറിക്കകത്തേക്കു പ്രവേശിച്ചു. കൊച്ചമ്മ അപ്പോഴും വിറച്ചുകൊണ്ട്, കൈകൂപ്പി പ്രാർഥിച്ചുകൊണ്ട് കട്ടി ലിനുമുകളിൽ അനങ്ങാതെ നിൽക്കുകയാണ്.

കട്ടിലിനടിയിലേക്ക് ഊളിയിട്ട മിട്ടു പൊങ്ങിയത് ഒരു വമ്പൻ കരിമൂർഖനേയും കടിച്ചുപിടിച്ചുകൊണ്ടാണ്. മിട്ടുവിനേക്കാൾ ഭാരമുള്ള ആ പാമ്പിന്റെ കഴുത്തിൽ കടി മുറുക്കിക്കൊണ്ട് നാലു കുടച്ചിൽ. മൂർഖൻ നിശ്ചലനായി!

"ഗീവർഗീസ് പുണ്യാളച്ചാ നീയെന്നെ രക്ഷിച്ചു." കൊച്ചമ്മ കട്ടിലിൽ നിന്നുകൊണ്ട് മുകളിലേക്കു നോക്കി നന്ദി പറഞ്ഞു.

പൈലി മുറിയിൽ കയറി കട്ടിലിനടിയിലേക്ക് ടോർച്ചടിച്ചു നോക്കി.

"ഒറ്റയാനാ, ഇണയൊന്നുമില്ല. കൊച്ചമ്മ ധൈര്യമായി താഴെ യിറങ്ങിക്കോളൂ..."

കാർത്തു സ്റ്റീൽകപ്പിൽ കൊണ്ടുവന്ന വെളുത്തുള്ളി നീര് പൈലി കട്ടിലിനടിയിലും മുറിയുടെ മൂലയിലും തളിച്ചു. ബാക്കി യുള്ളത് ബംഗ്ലാവിന്റെ വരാന്തയിലും മുറ്റത്തുമൊക്കെയായി തളിച്ചു.

മിട്ടു പുറത്തേക്ക് കടിച്ചു തൂക്കിക്കൊണ്ടുപോയ പാമ്പിന്റെ ജഡം പൈലി കോലുകൊണ്ട് തോണ്ടി ദൂരേക്കെറിഞ്ഞു. കൊച്ചമ്മ വരാന്തയിലേക്കു വന്ന് അന്ധംവിട്ടു നോക്കി നിന്നു.

"നേരം വെളുത്തിട്ട് കുഴിച്ചിടാം. അല്ലെങ്കിൽ കാക്കയോ കഴുകനോ തിന്നോളും." പൈലി ആരോടെന്നില്ലാതെ പറഞ്ഞു. ജാക്കി ഒന്നും സംഭവിക്കാത്ത മട്ടിൽ വരാന്തയിൽ ചടഞ്ഞു കൂടിയിരുന്നു.

"കാർത്തു പോയി കെടന്നോ. ഞാനീ ബഞ്ചേൽ കെട നോളാം. നാളെ രാവിലെ തന്നെ ആശാരിയെ വിളിച്ച് ഈ ജനലു ശരിയാക്കണം. പെരുമഴയത്ത് മടയിൽ വെള്ളം കയറിയപ്പോൾ ആ മൂർഖനിവിടെ അഭയം തേടിവന്നതാണ്. പക്ഷേ, അവൻ ഏതുവഴിയാണ് മുറിക്കുള്ളിൽ കേറിയതെന്ന് പിടിയില്ല. ഇനി കൊറച്ചു ദിവസത്തേക്ക് സന്ധ്യക്ക് വെളുത്തുള്ളിനീർ തളിച്ചിട്ട് കെടന്നാ മതി. പാമ്പ് ഏഴ് അയൽപക്കത്തേക്ക് അടുക്കില്ല..."

കൊച്ചമ്മയുടെ സാന്നിധ്യത്തിൽ പൈലി കാർത്തുവിനോ ടായി പറഞ്ഞു.

"കൊച്ചമ്മ പേടിക്കാതെ കേറി കെടക്കൂ. പൈലിപ്പാപ്പനു ണ്ടല്ലോ പൊറത്ത്."

കാർത്തു ചവിട്ടുപടികളിറങ്ങി സ്റ്റോക്കുമുറിയിലേക്കു നടന്നു. പിന്നാലെ മിട്ടുവും. കൊച്ചമ്മ വാതിൽ ചാരി അകത്തു കയറി. പക്ഷേ, അവർക്ക് ആ രാത്രിയിൽ ഉറങ്ങാനേ കഴിഞ്ഞില്ല. ബംഗ്ലാ വിലെ വിളക്കുകളെല്ലാം അണയാതെ കിടന്നു.

പതിമൂന്ന്

അന്നത്തെ പ്രഭാതത്തിന് പതിവിലും തണുപ്പുണ്ടായിരുന്നു. കാർത്തുവിന് കുറച്ചുനേരംകൂടി മൂടിപ്പുതച്ചു കിടക്കണമെന്നുണ്ട്. പക്ഷേ, ആ സുഖം തനിക്കു വിധിച്ചിട്ടില്ലെന്ന തിരിച്ചറിവ് ഉണ്ടാ യപ്പോൾ പുതപ്പ് വലിച്ചുമാറ്റി അവർ എഴുന്നേറ്റു. മല്ലി കൂർക്കം വലിച്ചുറങ്ങുകയാണ്. രാത്രി നടന്ന സംഭവം അവളോടു വിവ രിക്കാനായി കാർത്തു വാക്കുകളും വരികളും മനസിൽ അടു ക്കിവച്ചു.

പതിവുപോലെ ചില്ലോടിനുമുകളിൽനിന്ന് സൂര്യൻ വിരൽ നീട്ടി തൊട്ടപ്പോൾ മല്ലി കണ്ണുതുറന്നു. എഴുന്നേറ്റ് നേരെ അടു ക്കളയിലേക്കു നടന്നു.

"മല്ലീ, നീ എണീറ്റോ.."

"ഇന്നെന്താ അമ്മേടെ മൊഖത്തൊരു ചിരി. വല്ല ലോട്ടറിയും അടിച്ചോ അമ്മേ?"

"ഊം...ലോട്ടറിയടിക്കാൻ നിന്റെ അമ്മയ്ക്കു ഭാഗ്യമൊണ്ടാ യിട്ടു വേണ്ടേ?"

"പിന്നെന്തിനാണ് അമ്മ എല്ലാ ആഴ്ചയിലും ലോട്ടറിയെ ടുത്ത് പേഴ്സിൽ വച്ചോണ്ട് നടക്കണത്?"

"അത്....എന്നെങ്കിലും അടിച്ചാൽ നിന്നെ കെട്ടിച്ചയയ്ക്കാ നുള്ള കാശു കിട്ടൂലോ?"

"അതിനാരു പറഞ്ഞു, ഞാൻ കെട്ടുമെന്ന്. അതിനു വേറെ ആളെ നോക്കണം. ആദ്യം പഠിച്ച് ഒരു ജോലി. എന്നിട്ടു മതി, കെട്ടും പൊട്ടുമൊക്കെ. അമ്മേപ്പോലെ വല്ല കൊച്ചമ്മമാരുടേം ആട്ടും കേട്ട് ജീവിക്കാൻ ഞാനില്ലേ..."

"ഞാനൊരു തമാശ പറഞ്ഞതല്ലേടീ... പിന്നേയ്...നിന്നോട് പറയാൻ ഒരുഗ്രൻ സംഗതിയുണ്ട്. അല്ലേ വേണ്ട, നീ പോയി പൈലിപ്പാപ്പനോട് ചോദിക്ക്. ഇന്നലെ രാത്രി ഇവിടെ എന്താ ഉണ്ടായേന്ന്. എന്തായാലും നിന്റെ മിട്ടുന് ഒരു അവാർഡിനുള്ള വകയൊണ്ട്."

"ഞ്ചേ, ഇന്നലേം വന്നോ കാട്ടുപന്നി?"

"കാട്ടുപന്നീം നാട്ടുപന്നീമൊന്വല്ലേടീ...നീ ചെന്ന് ചോദിക്ക്. പാപ്പനാവുമ്പോ വള്ളിപുള്ളി വിടാതെ എല്ലാം പറഞ്ഞോളും."

മല്ലിക്ക് അതറിയാഞ്ഞിട്ട് ശ്വാസം മുട്ടി. മിട്ടുവിന്റെ മിടുക്ക് ഒരിക്കൽക്കൂടി അവൻ ഈ ബംഗ്ലാവിൽ തെളിയിച്ചിരിക്കുന്നു. അത് എങ്ങനെയായിരിക്കും? കൊച്ചമ്മ അതു കണ്ടുകാണുമോ? എങ്കിൽ കൊച്ചമ്മ ഇനിയെങ്കിലും അവനെ ഇഷ്ടപ്പെടുമായിരി ക്കുമോ?... മല്ലി അങ്ങനെ പലതും സ്വയം ചോദിച്ചുകൊണ്ട് പൈലിപ്പാപ്പനെ അന്വേഷിച്ച് മുറ്റത്തേക്കിറങ്ങി.

വെറ്റില മുറുക്കാനുള്ള അടയ്ക്ക ചുരണ്ടിക്കൊണ്ട് വരാന്ത യുടെ ഒരു കോണിൽ തൂണുംചാരിയിരിക്കുകയായിരുന്നു പൈലി പ്പാപ്പൻ. രാത്രിയിൽ നടന്ന സംഭവങ്ങളെല്ലാം വിവരിച്ചുകേട്ട പ്പോൾ ഒരു ഹൊറർസിനിമ കണ്ടതുപോലെ മല്ലിക്കു തോന്നി. ഈ ബംഗ്ലാവിൽ വന്നശേഷം താൻ എത്രയോ രാത്രികളിൽ പാമ്പിനെ സ്വപ്നം കണ്ടിട്ടുണ്ട്. പാമ്പ് പുറകേ കൂടുന്നതും കാലിൽ ചുറ്റുന്നതും കടിക്കുന്നതും ഫണം വിടർത്തുന്നതു മൊക്കെ കണ്ട് പേടിച്ച് നിലവിളിച്ചിട്ടുണ്ട്. അത് സ്വപ്നം. പക്ഷേ, കൊച്ചമ്മ കണ്ടത് ഒറിജിനൽ പാമ്പിനെയാണ്.

"കൊച്ചമ്മ ശരിക്കും പേടിച്ചുപോയിക്കാണും, ല്ലേ പാപ്പാ?"
ആകാംക്ഷ അടക്കാനാകാതെ മല്ലി ചോദിച്ചു.

"ഞ്ഹും, പേടിച്ചത് പോട്ടെ, മിട്ടു ഇല്ലായിരുന്നെങ്കിൽ കാണാ മായിരുന്നു കളി. ഉഗ്രവിഷമുള്ള മൂർഖനായിരുന്നു. ഇവിടെനിന്

ആശുപത്രിയിലേക്ക് നാൽപ്പത് കിലോമീറ്റർ ദൂരമുണ്ട്. മൂർഖൻ ഒന്ന് കൊത്തിയിരുന്നെങ്കിൽ എല്ലാം ഒരുനിമിഷംകൊണ്ട് കഴിഞ്ഞെനെ."

"അപ്പോൾ കൊച്ചമ്മയ്ക്ക് മിട്ടൂനെ ഇഷ്ടായിക്കാണും, ല്ലേ, പാപ്പാ..."

"പക്ഷേ, എന്തൊക്കെയാണേലും ഇഷ്ടം പുറത്തു കാണിക്കില്ലല്ലോ. അത് മറ്റവന് ഇഷ്ടപ്പെട്ടില്ലെങ്കിലോ?"

"ആർക്ക്? ജാക്കിക്കോ?"

"അവനല്ലേ പുലി! ഈ ബംഗ്ലാവിൽ കൊച്ചമ്മയുടെ കാറിന്റെ മുൻസീറ്റിലിരിക്കാൻ യോഗ്യതയുള്ളവർ വേറെ ആരുണ്ട്?"

"ങും. അതു ശരിയാണ്." മല്ലി പാപ്പന്റെ അഭിപ്രായം ശരിവച്ചു.

"ഡോഗ്ഷോയിൽ പങ്കെടുക്കാനും ലാസ്റ്റ് ഗ്രേഡ് വാങ്ങാനുമല്ലേ നമ്മൾ എന്നും കുളിച്ചു കുട്ടപ്പനായി ഞെളിഞ്ഞിരുന്ന് പോകുന്നത്? പാമ്പിനെ കൊല്ലാനും പന്നിയെ ഓടിക്കാനുമൊക്കെ രണ്ടാംകിട പട്ടികളെ നോക്കണം. നമ്മളൊക്കെ കുടുംബത്തിൽ പിറന്നവരാ. അല്ലാതെ വല്ല കവലയിലും കെടന്നുണ്ടായതല്ല. മനസിലായോ?..."

പൈലിപ്പാപ്പൻ ജാക്കിയുടെ മനസ്സ് വായിച്ചതു കേട്ട് മല്ലി വായ പൊത്തിപ്പിടിച്ച് ചിരിച്ചു.

മുറ്റത്ത് കൊച്ചമ്മയുടെ നിഴൽ കണ്ടതും രണ്ടുപേരും സംസാരം നിർത്തി. രാവിലെ പൂന്തോട്ടം സന്ദർശിക്കാനിറങ്ങിയതാണ് അവർ. മല്ലി വന്നതിനുശേഷം പൂന്തോട്ടം വളരെ മനോഹരമായിട്ടുണ്ടെന്നത് ശരിയാണ്. ഒരു കൂട്ടു കിട്ടിയപ്പോൾ പൈലി നന്നായി തോട്ടപ്പണി ചെയ്യുന്നതാണ് കാരണം. എന്നാലും കുറ്റം കണ്ടുപിടിക്കാൻ കൊച്ചമ്മ മിടുക്കിയാണ്. രണ്ടുപേരും കൊച്ചമ്മയുടെ പ്രതികരണത്തിനായി കാത്തിരുന്നു.

"പൈലീ, ഗാർഡന്റെ ചുറ്റുമുള്ള കാട് ഇന്നുതന്നെ വെട്ടിക്കളയണം. മെത്തപ്പുല്ല് ക്രോപ്പ് ചെയ്യാനായിട്ടുണ്ട്. വല്ല ഇഴജന്തുക്കളും കേറിക്കെടന്നാൽ അറിയാൻ പറ്റില്ല."

"ഈ ലോകത്ത് ഒന്നിനെയും പേടിയില്ലാത്ത കൊച്ചമ്മയ്ക്ക്

ഇപ്പോൾ പേടി എന്താണെന്ന് മനസിലായിരിക്കുന്നു. ആരെയെ
ങ്കിലുമൊക്കെ പേടിയുണ്ടാവുന്നത് നല്ലതാണ്." കൊച്ചമ്മ കേൾ
ക്കാതെ പൈലി ശബ്ദമടക്കി പറഞ്ഞു.

ബംഗ്ലാവുമുറ്റത്തുകൂടി ഉലാത്തുന്നതിനിടയിൽ കൊച്ചമ്മ
യുടെ ആക്രോശംകേട്ട് മല്ലിയും പൈലിയും തലപൊക്കി നോക്കി.

"എന്തു വൃത്തികേടോണ് ഈ മുറ്റത്ത് കാണിച്ചുവച്ചിരിക്കു
ന്നതെന്നു നോക്കിയേ. ജാക്കി ഈ പണി ചെയ്യില്ലെന്നെനിക്കൊ
റപ്പാ. സംസ്കാരമില്ലാത്ത ജന്തു....!"

മുറ്റത്തു കണ്ട നായക്കാഷ്ഠത്തെ ചൊല്ലിയാണ് കൊച്ചമ്മ
ചാടുന്നതെന്ന് രണ്ടുപേർക്കും മനസിലായി. മിട്ടുവിനെ കൊച്ചാ
ക്കുകയാണ് അവരുടെ ഉദ്ദേശ്യം. അത്രയ്ക്കു സാമർഥ്യം കാണി
ക്കാനുള്ള അർഹത മിട്ടുവിനില്ലെന്നാണ് ഇതിന്റെയൊക്കെ
അർഥം. മല്ലിക്ക് കൊച്ചമ്മയുടെ ഉള്ളിലിരിപ്പ് മുഴുവനൊന്നും
പിടികിട്ടിയില്ലെങ്കിലും അവഗണനയുടെ മുൾമുന അവളുടെ മന
സിൽ ശരിക്കും തറച്ചുകയറി.

"പൈലീ, ഇക്കൊല്ലം അരീത്രപ്പള്ളീൽ പെരുന്നാളിനു
പോകുമ്പോ നേരത്തേ അറിയിക്കണേ."

കൊച്ചമ്മ പെട്ടെന്ന് മുഖത്തെ ഭാവം മാറ്റിയതും അങ്ങനെ
പറഞ്ഞതെന്താണെന്നും മല്ലിക്ക് പിടികിട്ടിയില്ല.

"പെരുന്നാള് മേടത്തിലായിരുന്നു കൊച്ചമ്മേ....ഇക്കൊല്ലം
പോകാനൊട്ടു പറ്റിയതുമില്ല." പൈലി പറഞ്ഞു.

"ഞ്ഞാ, ഇനി അടുത്ത മേടത്തിലാവട്ടെ. ഒരു മാസം മുമ്പേ
പറയണം. അഞ്ചു പവന്റെ സ്വർണ്ണപ്പാമ്പിനെ ഉണ്ടാക്കാൻ കൊടു
ക്കണം. ഇന്നലെ ആ നേരത്ത് പുണ്യാളച്ചൻ രക്ഷിച്ചില്ലായിരു
ന്നെങ്കിൽ...."

മല്ലിയും പൈലിയും പരസ്പരം നോക്കി. വീണ്ടും മിട്ടുവിനെ
ഇടിച്ചുതാഴ്ത്താനുള്ള കൊച്ചമ്മയുടെ ശ്രമം മല്ലിക്കു മനസി
ലായി. ഇത്രയും വലിയൊരു സാഹസികത കാണിച്ചിട്ടും ഒരു
ജീവൻ രക്ഷിച്ചിട്ടും ആ പാവം മൃഗത്തോട് നിന്ദ മാത്രം. അവളുടെ
കണ്ണുകൾ നിറയുന്നത് പൈലി കണ്ടു. മുറുക്കാൻ കടിച്ചരച്ചു
കൊണ്ട് പൈലി കുമ്പിട്ടിരുന്നു. മല്ലി തല കുനിച്ചിട്ട് അവിടെ

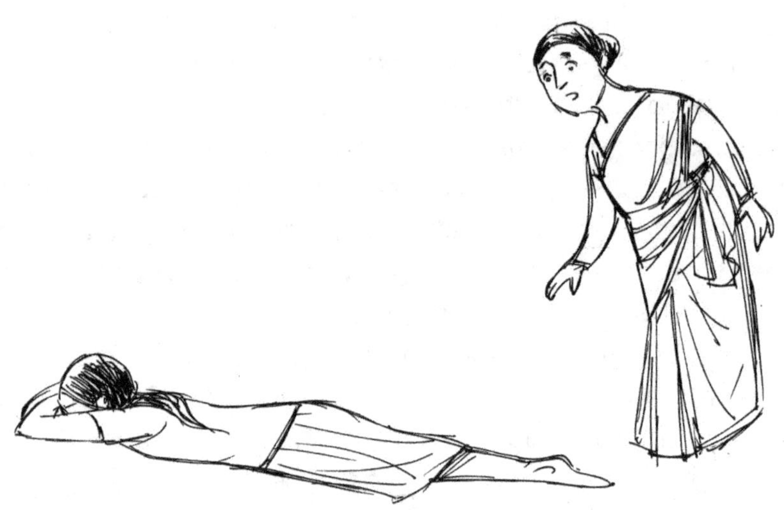

നിന്ന് ഓടിപ്പോയി. അതു കണ്ടുകൊണ്ടു നിന്ന കൊച്ചമ്മ വിളിച്ചു പറഞ്ഞു:

"എടീ മല്ലീ, നിന്റെ അമ്മയോട് വന്ന് ഈ പട്ടിക്കാഷ്ഠം കോരിക്കളയാൻ പറ."

അവൾ തിരിഞ്ഞുനോക്കാതെ ഓടിപ്പോയി. സങ്കടംകൊണ്ട് അവളുടെ ചങ്ക് പൊട്ടിപ്പോകുമെന്നു തോന്നി. അവൾ സ്റ്റോക്കു മുറിയിൽ കയറി വാതിൽ ചാരി നിലത്ത് കമിഴ്ന്നു കിടന്നു. കാർത്തു വന്ന് ആഹാരം കഴിക്കാൻ വിളിച്ചിട്ടും മല്ലി എഴു ന്നേൽക്കാൻ കൂട്ടാക്കിയില്ല. എത്ര ചോദിച്ചിട്ടും അവൾ ഒന്നും പറയുന്നുമില്ല.

പൈലി വന്ന് വിവരം പറഞ്ഞപ്പോഴാണ് കാർത്തുവിന് കാര്യം മനസിലായത്. കാർത്തുവിന് അരിശം സഹിക്കാൻ കഴി ഞ്ഞില്ല. പല്ലുഞെരിച്ചുകൊണ്ട് അവർ പിറുപിറുത്തു:

"പട്ടിക്കുള്ളത്ര സംസ്കാരംപോലും മനുഷ്യനില്ലാതായയല്ലോ. എട്ടും പൊട്ടും തിരിയാത്ത ഒരു കൊച്ചുകുട്ടിയുടെ മനസിനെ കുത്തിനോവിക്കുന്നതാണോ സംസ്കാരം? കാരണവന്മാർ ഉണ്ടാ ക്കിയ സ്വത്തിന്റെ പേരിൽ ഞെളിയാനല്ലാതെ എന്തു ഗുണമാണ് ആ സ്ത്രീക്കുള്ളത്...?"

പതിനാല്

അന്ന് ഒരു ശനിയാഴ്ചയായിരുന്നു. തൊഴിലാളികൾക്ക് കൂലി വിതരണം ചെയ്യുന്ന ദിവസം. മീൻകാരും തുണിക്കച്ചവടക്കാരു മൊക്കെ അന്നാണ് തോട്ടത്തിലെത്തുക. രാവിലെ കാർത്തുവിന് നല്ല അയില കിട്ടി.

കിണറ്റിൻകരയിലിരുന്ന് മീൻ വെട്ടിക്കൊണ്ടിരിക്കുമ്പോൾ തന്റെ സെൽഫോൺ ബെല്ലടിക്കുന്നതു കാർത്തു കേട്ടു. അവ രുടെ ഉള്ളൊന്നു കാളി. പൊലീസുകാരായിരിക്കും. വീണ്ടും ഒരു തലവേദന തുടങ്ങുകയായി. കാർത്തു ആലോചിച്ചു.

"അമ്മേ....ചാനലീന്നാണ്, അത്യാവശ്യമായി അമ്മയ്ക്കു കൊടുക്കാൻ പറഞ്ഞു." ഫോണുംകൊണ്ട് ഓടിവന്ന മല്ലി പറഞ്ഞു. കാർത്തു തിടുക്കത്തിൽ കൈ കഴുകി സാരിൽത്തു മ്പിൽ വെള്ളം ഒപ്പിക്കൊണ്ട് ഫോൺ വാങ്ങി ചെവിയിൽ വച്ചു. അമ്മയുടെ പ്രതികരണം ശ്രദ്ധിച്ചുകൊണ്ട് മല്ലി അരികിൽത്തന്നെ നിന്നു.

"അത്താണിക്കൽ കാർത്യായനിയുടെ നമ്പരല്ലേ?"

"അതേ...ആരാണ് വിളിക്കുന്നത്?"

"ഇത് ഭാരത് വിഷനിൽനിന്നാണ്. നിങ്ങളുടെ മകൾ കസ്തൂ രിയെ ഞങ്ങളുടെ ചെന്നൈബ്യൂറോ കണ്ടെത്തിയിരിക്കുന്നു."

കാർത്തുവിന് ആ വാക്കുകൾ വിശ്വസിക്കാനായില്ല. എന്തെ ല്ലാമോ ചോദിക്കണമെന്നുണ്ടായിരുന്നെങ്കിലും ശബ്ദം പുറത്തു വന്നില്ല. ഫോണിൽ വിളിച്ചയാൾ തുടർന്നു:

"ഇന്നലെ പകൽ മൂന്നു മണിക്കാണ് ഞങ്ങളുടെ ചെന്നൈ ബ്യൂറോയിൽ കസ്തൂരി ഭർത്താവിനോടൊപ്പം എത്തിയത്. അപ്പോൾ മുതൽ നിങ്ങളുടെ നമ്പർ കിട്ടാൻ അന്വേഷിക്കുകയാ യിരുന്നു ഞങ്ങൾ. ഒടുവിൽ പെട്ടിക്കവല പൊലീസ് സ്റ്റേഷ നിൽനിന്നാണ് നമ്പർ കിട്ടിയത്. തൽക്കാലം പൊലീസിൽ അറി യിച്ചിട്ടില്ല. ഞങ്ങളുടെ ചാനലിൽ ഇന്നു രാത്രി ഒമ്പതു മണി ക്കുള്ള 'നിഴൽതേടി' എന്ന പരിപാടിയിൽ കസ്തൂരിയും ഭർ ത്താവും പ്രത്യക്ഷപ്പെടും. ആട്ടെ, നിങ്ങളിപ്പോൾ എവിടെയാണ്?"

"ഞാനും കസ്തൂരിയുടെ അനിയത്തി മല്ലികയും ഇപ്പോ ളൊരു എസ്റ്റേറ്റ് ബംഗ്ലാവിലാണുള്ളത്. സാറമ്മാരേ ഞാനീ കേട്ട തെല്ലാം സത്യമാണോ? എനിക്കൊന്നും പിടികിട്ടുന്നില്ല. എന്റെ മോൾ എന്തിനാണ് എന്നെ വിട്ടു പോയത്? അവൾക്കെന്തെങ്കിലും ആപത്തു പറ്റിയോ? എവിടെയായിരുന്നു അവളിതുവരെ?"

ശക്തിയായ കിതപ്പിനെ മറികടന്ന് കാർത്തുവിന്റെ വായിൽ നിന്ന് പെരുവെള്ളപ്പാച്ചിൽപോലെ ചോദ്യങ്ങൾ കുത്തിയൊഴു കിവന്നു.

"നിങ്ങൾ ഒമ്പതു മണിവരെ കാത്തിരിക്കൂ. ചെന്നൈയിൽ നിന്ന് നിങ്ങളെ ഫോണിൽ കോൺടാക്ട് ചെയ്യും. ഈ ചോദ്യ ങ്ങളെല്ലാം നിങ്ങൾ മകളോടുതന്നെ ചോദിച്ചോളൂ. എല്ലാം അവർ പറയും."

കാർത്തു ഒന്നും മിണ്ടാനാവാതെ തരിച്ചുനിന്നു. താൻ സ്വപ്നം കാണുകയായിരുന്നോ എന്ന് അവർ ഒരുനിമിഷം സംശ യിച്ചു.

"അമ്മേ...എന്താണമ്മേ...പോലീസ് സ്റ്റേഷനീന്നാണോ?"

മല്ലിയുടെ ചോദ്യം കേട്ടപ്പോഴാണ് കാർത്തുവിന് പരിസര ബോധം തിരിച്ചുകിട്ടിയത്. കാർത്തു മല്ലിയെ ചുറ്റിപ്പിടിച്ച് നെഞ്ചോടു ചേർത്ത് അമർത്തി.

"മല്ലീ, നിന്റെ ചേച്ചിയെ കണ്ടു. ഭാരത് വിഷൻകാരാ വിളി

ച്ചത്. രാത്രി നിഴൽതേടിയിൽ ചേച്ചിയും ചേട്ടനും വരും. ചേച്ചി യുടെ കല്യാണവും കഴിഞ്ഞൂന്ന്. മുരുകാ ഞാനീ കേട്ടതെല്ലാം സത്യമാകണേ...."

കാർത്തു വേഗം മല്ലിയേയുംകൊണ്ട് പൈലിപ്പാപ്പനെ കണ്ട് വിവരം പറയാൻ പോയി. ആ സമയം മീൻചട്ടിക്കു ചുറ്റും പത്തി രുപതു കാക്കകൾ വട്ടമിട്ടുകൊണ്ടിരുന്നു. മിട്ടു കാക്കകളെ വിര ട്ടിയോടിച്ചതുകൊണ്ട് ഒറ്റ മീൻപോലും നഷ്ടപ്പെട്ടില്ല. തന്റെ പ്രിയ പ്പെട്ട ആഹാരമാണെങ്കിലും അവൻ ഒന്നുപോലും തൊട്ടില്ല. കാർത്തു മടങ്ങിവരുംവരെ അവൻ ക്ഷമയോടെ മീൻചട്ടിക്ക് കാവ ലിരുന്നു.

പൈലി സെൽഫോണിൽ വിളിച്ച് കൊച്ചമ്മയെ വിവരമറി യിച്ചു.

"അപ്പോ കാർത്തും മല്ലീം ഒടനെ പോയേക്കും അല്ലേ പൈലീ. ഇനി കുശ്നിപ്പണിക്ക് ആരെയാ കിട്ടുകാ. നാളത്തന്നെ പത്രത്തിലൊരു പരസ്യം കൊടുത്താലോ?"

കൊച്ചമ്മയുടെ പ്രതികരണംകേട്ട് പൈലി കണ്ണുമിഴിച്ചു. സ്വാർഥതയ്ക്ക് കയ്യും കാലും വച്ചാൽ അതാണ് ഈ സ്ത്രീ. സാധാരണക്കാരുടെ ജീവിതത്തെക്കുറിച്ച് ഒന്നുമറിയാതെ ജീവി ക്കുന്ന വർഗം. അവരുടെ നായയോടു കാണിക്കുന്ന കൂറുപോലും മനുഷ്യനോടു കാണിക്കാൻ തയ്യാറല്ലാത്ത പറുദീസാവാസികൾ. സ്വന്തം കുഞ്ഞ് നഷ്ടപ്പെട്ടതിന്റെ വേദനയെന്താണെന്നു പോലും മനസിലാക്കാൻ കഴിയാത്ത ഇവർ ഒരു സ്ത്രീയാണോ? അമ്മ യാണോ? അന്ധനേ അന്ധന്റെ കഷ്ടപ്പാട് മനസിലാവൂ. ദരിദ്രനേ ദരിദ്രന്റെ വേദന തിരിച്ചറിയാൻ കഴിയു.

പൈലി മനസുകൊണ്ട് യജമാനത്തിയെ ശപിക്കുകയായി രുന്നു.

കാർത്തുവിന് അടുക്കളയിലെ ജോലി നീങ്ങിക്കിട്ടുന്നില്ല. കൈകാലുകൾക്ക് വല്ലാത്ത വിറയൽ. മനസ്സ് തിളച്ചുമറിയുക യാണ്. സന്തോഷമാണോ സങ്കടമാണോ ഉള്ളിൽ തിരതല്ലുന്ന തെന്ന് മനസിലാവുന്നില്ല. വിശപ്പില്ല, ദാഹമില്ല. സമയസൂചികൾ വളരെ പതുക്കെയാണ് കറങ്ങുന്നതെന്ന് അവർക്കു തോന്നി.

എങ്ങനെയൊക്കെയോ അടുക്കളപ്പണികൾ ഒതുക്കിയെന്നു വരുത്തി, അവർ തുണികളെല്ലാം അടുക്കിവച്ചു. ഒരു പുറപ്പാടി നുള്ള ഒരുക്കം മനസിൽ നടത്തിക്കഴിഞ്ഞിരിക്കുന്നു. എവിടേ ക്ക്, എപ്പോൾ...അതൊന്നുമറിയില്ല. പോകണം...കസ്തൂരിയുടെ അടുത്തേക്ക് ഇപ്പോൾ തന്നെ പോകണം. അവൾ എവിടെയാ ണെങ്കിലും എത്രയും വേഗം അവളുടെ അരികിൽ എത്തിച്ചേര ണം. ഒരു സൂപ്പർ ഫാസ്റ്റ് ട്രെയിനിനേക്കാൾ വേഗത്തിൽ കാർത്തു വിന്റെ ചിന്തകൾ മനസ്സ് കുതിച്ചുപാഞ്ഞു.

മല്ലിക്ക് ചോറുവിളമ്പിക്കൊടുത്തുകൊണ്ടിരിക്കുമ്പോൾ വീണ്ടും കാർത്തുവിന്റെ ഫോൺ ശബ്ദിച്ചു. കാർത്തു ആവേശ ത്തോടെ ഫോൺ ചെവിയോടു ചേർത്തുവച്ചു.

"ഹലോ മേഡം, ഭാരത്‌വിഷനിൽനിന്നാണ്. ഓൺലൈൻ പ്രോഗ്രാമിലേക്കുള്ള വോയിസ് റെക്കോർഡിങ്ങിനായി നിങ്ങളെ അൽപ്പസമയത്തിനുള്ളിൽ ഞങ്ങളുടെ ചെന്നൈസ്റ്റുഡിയോയിൽ നിന്നു വിളിക്കും. കസ്തൂരിയും ഭർത്താവും സ്റ്റുഡിയോയിൽ എത്തിയിട്ടുണ്ട്. സോ...മേഡം, ഫോൺ റെയിഞ്ചുള്ള സ്ഥലത്ത് നിൽക്കണം. ഓൺ റെക്കോർഡാവുമ്പോ വോയിസ് ഡിസ്റ്റേർ ബ്ഡ് ആയാലോന്ന് കരുതിയാണ് മുൻകൂട്ടി റെക്കോഡ് ചെയ്യു ന്നത്. അപ്പോൾ ഓ.കെ."

കാർത്തുവിന് പറഞ്ഞതെല്ലാമൊന്നും മനസിലായില്ലെങ്കിലും ചെന്നൈയിൽനിന്നുള്ള ഫോൺവിളിക്ക് കാതോർത്തുകൊണ്ട് അവർ ശ്വാസംപിടിച്ചിരുന്നു. അയിലക്കറി കൂട്ടി ചോറ് ആസ്വദിച്ചു കഴിക്കുകയായിരുന്നു മല്ലി. അവളുടെ മനസും സന്തോഷം കൊണ്ട് വീർപ്പുമുട്ടുന്നുണ്ട്.

അടുത്ത ബെൽ കേട്ടപ്പോൾ കാർത്തുവിന്റെ മനസൊന്ന് കാളി. തന്റെ ശബ്ദം ലക്ഷക്കണക്കിനു പ്രേക്ഷകർ കേൾക്കു മല്ലോയെന്ന ചിന്ത പെട്ടെന്നാണ് അവർ ഓർത്തത്. കസ്തൂരി 'അമ്മേ' എന്നു വിളിക്കുമ്പോൾ താൻ പൊട്ടിക്കരഞ്ഞേക്കുമോ യെന്ന് അവർ ഭയപ്പെട്ടു.

"ഭാരത് വിഷൻ ചെന്നൈ സ്റ്റുഡിയോയിൽനിന്നാണ്. പരി പാടി റെക്കോഡു ചെയ്യുന്നതിനു മുമ്പായി അഞ്ചു മിനിട്ട്

അമ്മയും മകളുംകൂടി സംസാരി
ക്കാനുള്ള അവസരം ഒരുക്കിയി
ട്ടുണ്ട്. വളരെ പെട്ടെന്ന് നിങ്ങൾ
കാര്യങ്ങൾ കമ്യൂണിക്കേറ്റ് ചെയ്യ
ണം. രണ്ടു വർഷങ്ങൾക്കു
ശേഷം മകളെ തിരിച്ചുകിട്ടിയ ഒര
മ്മയുടെ വികാരം ഞങ്ങൾക്കു
മനസിലാവും. റെക്കോർഡിങ്ങി
നിടയിലാവുമ്പോ നിങ്ങൾക്ക്
ഇത്ര സ്വതന്ത്രമായി സംസാരി
ക്കാനാവില്ല. ഓകേ ഞാൻ
ഫോൺ കസ്തൂരിക്കു കൈമാറു
ന്നു."

"അമ്മേ...കസ്തൂരിയാണ്.
അമ്മയിപ്പോൾ എവിടെയാണ്.
മല്ലി അടുത്തുണ്ടോ അമ്മേ?..."

അതിനുള്ള മറുപടി ഒരു
തേങ്ങലായിരുന്നു. രണ്ടു വർഷം
അനുഭവിച്ച മനോവേദനയുടെ
ആഴം എത്രയെന്ന് ആ തേങ്ങ
ലിൽനിന്ന് കസ്തൂരി അറിഞ്ഞു.
അമ്മയ്ക്കും മകൾക്കുമിടയിൽ
ശൂന്യത. ഫോണിന്റെ ഇരുതല
യ്ക്കലും മൗനം. ശബ്ദമില്ലാതെ
അവർ വികാരം പങ്കുവച്ചു.
മല്ലിക്ക് ചേച്ചിയുടെ ശബ്ദമൊന്ന്
കേൾക്കണമെന്നുണ്ടായിരുന്നു.
പക്ഷേ, അമ്മയോട് എന്തെ

ങ്കിലും ചോദിക്കാൻ അവൾ ധൈര്യപ്പെട്ടില്ല. ആ മുഖം അത്രയ്ക്ക്
വികാരനിർഭരമായിരുന്നു.

ചാനലുകാർക്ക് സമയം അങ്ങനെ വെറുതെ കളയാനില്ല.

അതുകൊണ്ട് വീണ്ടും ചാനൽപ്രതിനിധി ഇടപെട്ടു. "മേഡം ക്ഷമിക്കണം. പത്തു മിനുട്ടിനകം നമുക്ക് നിങ്ങളുടെ വോയിസ് റെക്കോർഡ് ചെയ്യേണ്ടതുണ്ട്. അതുകൊണ്ട് ഞങ്ങൾ ചെറുതാ യൊന്ന് ഇടപെടുകയാണ്..."

"കസ്തൂരിയെ ഞങ്ങൾ കണ്ടെത്തിയതല്ല; ഇന്നലെ അവർ ഭർത്താവുമൊത്ത് സ്റ്റുഡിയോയിൽ എത്തുകയായിരുന്നു. രജി സ്റ്റർ മാര്യേജ് കഴിഞ്ഞ് അവർ നേരെ ഇവിടേക്കാണ് വന്നത്. കസ്തൂരി സത്യത്തിൽ ആ മാജിക് ട്രൂപ്പിൽനിന്ന് രക്ഷപ്പെടുക യായിരുന്നു. സ്വന്തം നാട്ടിൽ നിന്നാൽ കമ്പനിയിലേക്കു തിരി ച്ചുചെല്ലാൻ പലതരത്തിൽ സമ്മർദമുണ്ടാകും. ചെന്നില്ലെങ്കിൽ സ്വാധീനവും പണവും ഉപയോഗിച്ച് അവർ നിങ്ങളോടു പ്രതി കാരം ചെയ്യുമെന്നാണ് കസ്തൂരി കരുതുന്നത്. അതുകൊണ്ടാണ് ആരോടും പറയാതെ ചെന്നൈയിലേക്ക് വണ്ടി കയറിയത്. പോലീസ് അറിഞ്ഞാൽ മാജിക്കമ്പനിയിൽ അറിയിക്കുമെന്ന് കസ്തൂരി ഭയപ്പെട്ടു. അമ്മയുടെ മുന്നിൽ തന്റെ ഡെഡ്ബോഡി എത്തുന്നതിനേക്കാൾ നല്ലത് സ്വന്തം കാലിൽ നിന്നതിനുശേഷം, ജീവിതം സുരക്ഷിതമാക്കിയതിനുശേഷം പ്രത്യക്ഷപ്പെടുന്നതാ ണെന്ന് അവർ തീരുമാനിച്ചു. താൻ ജീവിച്ചിരിക്കുന്ന കാര്യം അമ്മ അറിഞ്ഞാൽ അത് പലരും മണത്തറിയും. അതുകൊ ണ്ടാണ് വേദന കടിച്ചുപിടിച്ച് ആ രഹസ്യം കസ്തൂരി മറച്ചുവ ച്ചത്.

ഇനി അവൾക്ക് ആരെയും പേടിയില്ല. എല്ലാം നോക്കാൻ ശ്രീകാന്തുണ്ട്. ചെന്നൈയിലെ ഒരു സ്ത്രീസംഘടന കസ്തൂരി യുടെ പഠനം ഏറ്റെടുത്ത് ജോലിയും സംഘടിപ്പിച്ചുകൊടുത്തു. ഐ ടി കമ്പനിയിൽ ഒപ്പം വർക്കുചെയ്തിരുന്ന ശ്രീകാന്ത് ഇന്നലെ കസ്തൂരിയെ വിവാഹം ചെയ്തു. അവരിപ്പോൾ വളരെ ഹാപ്പിയാണ്.

അമ്മയ്ക്കിപ്പോൾ സംസാരിക്കാൻ ബുദ്ധിമുട്ടുണ്ടെന്ന് മന സിലാക്കുന്നു. അൽപ്പം റിലാക്സ് ചെയ്തശേഷം നമുക്ക് റെക്കോർഡ് ചെയ്യാം. പിന്നെ, ഒരു കാര്യംകൂടി. നാളെ അവർ കേരളത്തിലേക്കു പുറപ്പെടാനുള്ള ഫ്ലൈറ്റ് ടിക്കറ്റെടുത്തു

കഴിഞ്ഞു. അമ്മയേയും അനിയത്തിയേയും ചെന്നെയിലേക്കു കൂട്ടിക്കൊണ്ടുവരാനാണ് അവർ വരുന്നത്. നിങ്ങൾക്ക് ഭാരത്‌വിഷ ന്റെയും നിഴൽതേടിയുടെയും ആയിരമായിരം ആശംസകൾ....."

ഫോൺ നിശ്ശബ്ദമായി. കാർത്തു ഒരു പ്രതിമയെപ്പോലെ സെൽഫോണും പിടിച്ചുകൊണ്ട് നിന്നു.

പതിനഞ്ച്

നേരം പനുപനാ വെളുത്തുവരുന്നതേയുള്ളൂ. എസ്റ്റേറ്റി ലാകെ കോടമഞ്ഞ് പരന്നിട്ടുണ്ട്. നല്ല തണുപ്പും. കമ്പിളിക്കുപ്പാ യമിട്ട് തലയിൽ കമ്പിളിത്തൊപ്പിയും വച്ച് പൈലിപ്പാപ്പൻ എത്തി.

"മല്ലീ....നീ പാപ്പനെ വിട്ട് പോവുകയാണോ?"

ഇടറിയ ശബ്ദത്തോടെ പൈലിപ്പാപ്പൻ ചോദിച്ചു.

"പോയിട്ടു വരാം പാപ്പാ. ഇനി വരുമ്പോ കസ്തൂരിചേച്ചി യേയും ചേട്ടനേയും കൂട്ടിക്കൊണ്ടുവരാം. ട്ടോ...പാപ്പന് എന്താ ഞാൻ വാങ്ങിക്കൊണ്ടു വരേണ്ടത്."

പൈലി തലയിൽ കെട്ടിയ തോർത്തുമുണ്ട് അഴിച്ചെടുത്ത് മുഖം തുടച്ചു. എന്നിട്ട് പറഞ്ഞു:

"മല്ലീ, നീ നന്നായി പഠിക്കണം കേട്ടോ. ചേച്ചിയെപ്പോലെ മിടുക്കിയാവണം. അമ്മയെ പൊന്നുപോലെ നോക്കണം. പാപ്പന് ഒന്നും വേണ്ട. നിങ്ങൾ സുഖമായി ജീവിക്കുന്നുണ്ടെന്നറിഞ്ഞാ മാത്രം മതി."

"ഞങ്ങൾ പൈലിപ്പാപ്പനെ ഇടയ്ക്കിടെ വിളിക്കും. ഈ നാട്ടിൽ ഞങ്ങൾക്ക് സ്വന്തമെന്നു പറയാൻ ഒന്നുമില്ലല്ലോ. അപ്പോൾപിന്നെ പോവുകതന്നെ. എന്നെങ്കിലും വരാം. പാപ്പന് നല്ലതേ വരൂ."

കാർത്തു വിതുമ്പുന്നത് പൈലി കണ്ടെങ്കിലും കണ്ടില്ലെന്നു നടിച്ചുകൊണ്ടു പറഞ്ഞു:

"ഇറങ്ങാനായാൽ മുകളിലേക്കു ചെല്ലാൻ കൊച്ചമ്മ പറഞ്ഞു. കണക്കൊക്കെ ഞാൻ ഏൽപ്പിച്ചിട്ടുണ്ട്. മല്ലിക്ക് എന്തെ ങ്കിലും തന്നാൽ അതുകൂടി വാങ്ങിച്ചോ."

മല്ലി തലേന്നുതന്നെ മിട്ടുവിനെ കുളിപ്പിച്ച് റെഡിയാക്കി നിർത്തിയിരുന്നു. ബാഗിലാക്കിയ സാമാനങ്ങളെല്ലാം വരാന്തയി ലെടുത്തുവച്ചശേഷം കാർത്തു കൊച്ചമ്മയുടെ മുറിയിലേക്കു കയ റിപ്പോയി. അമ്മയുടെ സാരിത്തുമ്പിൽ പിടിച്ചുകൊണ്ട് മല്ലിയും കൂടെച്ചെന്നു.

"എറങ്ങാൻ നേരമായോ?"

കൊച്ചമ്മയുടെ ശബ്ദം ഇടിമുഴക്കംപോലെ മല്ലിയുടെ ഹൃദ യത്തിൽ പതിച്ചു.

"ഇപ്പൊ എറങ്ങിയാലൊരു ബസുണ്ട്. അതിനു ചെന്നാൽ

ആലുവയിലേക്കുള്ള ട്രെയിൻ കിട്ടും. ഉച്ചതിരിയുമ്പൊഴേക്കും അങ്ങെത്താമല്ലോ."

"ആയിക്കോട്ടെ. അപ്പോൾ മിട്ടുവിനെ എന്തുചെയ്യാൻ പോകുന്നു? ഇങ്ങോട്ടു കൊണ്ടുവന്നപോലെ മാജിക് ബാസ്ക റ്റിലിപ്പൊ കൊള്ളുകയില്ലല്ലോ. ബസിൽ കയറ്റിക്കൊണ്ടുപോ കാനും പറ്റില്ല." മല്ലിയെ ഇടംകണ്ണിട്ടു നോക്കിക്കൊണ്ട് കൊച്ചമ്മ പറഞ്ഞു.

അതുകേട്ട് മല്ലി ആകെ വിളർത്തുപോയി. അവൾ അതൊന്നും ചിന്തിച്ചിട്ടേയുണ്ടായിരുന്നില്ല. പക്ഷേ, മിട്ടുവിനെ ഉപേക്ഷിച്ചിട്ടു പോകുന്ന കാര്യം അവൾക്കു ചിന്തിക്കാൻപോലും കഴിയില്ല.

"മല്ലി വിഷമിക്കേണ്ട. എനിക്കു നിന്റെ വിഷമം മനസിലാ വുന്നുണ്ട്. ഏത് കൊടിച്ചിപ്പട്ടി പെറ്റതാണെങ്കിലും അവൻ ചുണ യുള്ളവനാണ്. ഇവിടെ നിർത്തിയേക്ക്. പൈലി നോക്കിക്കോളും. ഹി ഈസ് എ നെസ്സസറി ഡെവിൾ."

കൊച്ചമ്മ എന്താണ് ഇംഗ്ലീഷിൽ പറഞ്ഞതെന്ന് അവൾക്ക് മനസിലായില്ല. കാർത്തുവിനും മനസിലായില്ല. പക്ഷേ, ഒരു കാര്യം മല്ലിക്കറിയാം. മിട്ടുവിനെ തട്ടിയെടുക്കാനായി കൊച്ചമ്മ ബലപ്രയോഗം നടത്താനൊരുങ്ങുകയാണ്. മല്ലിയുടെ കണ്ണിൽ നിന്നും പൊട്ടിയ കണ്ണീർച്ചാലുകൾ കവിളിലൂടെ താഴോട്ടൊഴുകി. അതുകണ്ട് കാർത്തുവും കണ്ണുതുടച്ചു.

"കൊച്ചമ്മ പറഞ്ഞതു കേട്ടില്ലേ. നമ്മളെങ്ങനെ അവനെ കൊണ്ടുപോകും? ബസുകാര് കേറ്റത്തില്ല."

കാർത്തു അതു പറഞ്ഞുതീരുംമുമ്പേ മല്ലി ശഠിച്ചു.

"എന്നാപ്പിന്നെ ഞാനും വരില്ല."

അതുകേട്ടതോടെ എല്ലാവരും നിശ്ശബ്ദരായി. കൊച്ചമ്മ തന്നെയാണ് ഒടുവിൽ ആ നിശ്ശബ്ദതയെ മുറിച്ചത്.

"മല്ലീ, നീ കാര്യം മനസിലാക്കാതെയാണ് ഇങ്ങനെയൊക്കെ പറയുന്നത്. ആട്ടെ, നീ മിട്ടുവിനെ ഉപേക്ഷിച്ചുപോകേണ്ട. എനിക്കു തന്നിട്ടു പൊയ്ക്കോളൂ. ന്യായമായ ഒരു തുകയും ഞാൻ നിനക്കു തരാം. എന്താ?"

അവൾ അതുകേട്ട് കൊച്ചമ്മയെ രൂക്ഷമായി നോക്കി. കൊച്ചമ്മ തന്റെ മുഖത്തെ ജാള്യത ഒളിപ്പിക്കാൻ ബുദ്ധിമുട്ടി. പക്ഷേ, പിടിച്ച കൊമ്പ് ഒടിക്കുന്ന കാര്യത്തിൽ അവർ വിദഗ്ധ യാണല്ലോ. അവർ മല്ലിയെ തന്റെ വരുതിയിൽ വീഴ്ത്താനായി അടുത്ത നമ്പറിട്ടു.

"നീ ചോദിക്കുന്നതു ഞാൻ തരാം. ധൈര്യമായി ചോദി ച്ചോളൂ. എന്റെ ജാക്കിയെ വിറ്റാൽ ചെലപ്പൊ ഒരു ലക്ഷം രൂപ കിട്ടിയെന്നു വരും. മിട്ടു അത്രയ്ക്കൊന്നുമില്ലല്ലോ. എന്നാലും വേണ്ടില്ല, ഞാനൊരു പതിനായിരം രൂപ തരാം. ഇതുപോലൊരു പട്ടിക്ക് കേരളത്തിൽ എവിടെയെങ്കിലും കിട്ടുമോ ഈ വില?

എന്തു പറയുന്നു."

മല്ലിക്ക് പുച്ഛമാണ് തോന്നിയത്. എന്തിനാണ് തനിക്ക് പതി
നായിരം രൂപ. സ്നേഹത്തിന് കിട്ടുന്ന ഏറ്റവും വലിയ വില
യാണോ ഇത്? തന്റെ മുന്നിൽവച്ച് മിട്ടുവിനെ ഇത്രമാത്രം അവ
ഗണിക്കുന്നവർ അവനെ സ്വന്തമായി കയ്യിൽ കിട്ടിയാൽ എന്താ
യിരിക്കും സ്ഥിതി. ശാരീരികപീഡനത്തേക്കാൾ വേദനാജനക
മാണ് മാനസികപീഡനം. അതവർക്കു മനസിലാവില്ലല്ലോ. ആ
മനസ്സ് കല്ലുകൊണ്ടുണ്ടാക്കിയതല്ലേ. ജാക്കിയുടെ അടിമയാക്കാ
നാണ് മിട്ടുവിനെ തട്ടിയെടുക്കുന്നത്. കൊച്ചമ്മയ്ക്ക് പീഡിപ്പിച്ചു
രസിക്കാനും. അത് നടപ്പില്ല. അവൾ മനസിലുറപ്പിച്ചു.

"ഇല്ല, എത്ര ലക്ഷം കിട്ടിയാലും ഞാൻ കൊടുക്കില്ല." മല്ലി
വാശിയോടെ പറഞ്ഞു.

കൊച്ചമ്മയ്ക്ക് ഇപ്പോൾ ആവശ്യത്തേക്കാളേറെ പരാജയ
മാണ് പ്രശ്നമായിരിക്കുന്നത്. ഒരു പീറപ്പെണ്ണിന്റെ മുന്നിൽ
തോറ്റുകൊടുക്കുകയോ? എന്നാൽപ്പിന്നെ തന്നെ എന്തിനു
കൊള്ളാം? കൊച്ചമ്മ അകത്തുപോയി ഒരു ആഭരണപ്പെട്ടിയു
മായി വന്നു.

"മല്ലീ, ഇതാ ഒരു സമ്മാനം. ഒന്നര പവന്റെ നെക്ലേസാ.
എനിക്ക് രണ്ടാൺമക്കളാ. അവർക്കിതിന്റെ ആവശ്യമില്ല. ഇതു
നീയെടുത്തോ. മിട്ടുവിനെ പൈലിയെ ഏൽപ്പിച്ചിട്ട് വേഗം പുറ
പ്പെടാൻ നോക്ക്."

കൊച്ചമ്മ പറഞ്ഞതൊന്നും മല്ലി കേട്ട മട്ട് കാണിച്ചില്ല. അതു
കണ്ട് കാർത്തു ഇടപെട്ടു:

"മല്ലീ, മിട്ടു ഇവിടെ നിൽക്കട്ടെ. നമുക്ക് പോകണ്ടേ. ചേച്ചി
യെത്തുമ്പോഴേക്ക് അവിടെയെത്തണ്ടേ. നിനക്ക് നിന്റെ ചേച്ചിയെ
കാണാൻ കൊതിയാവുന്നില്ലേ?"

"എനിക്ക് പതിനായിരോം വേണ്ട, നെക്ലേസും വേണ്ട. എന്റെ
മിട്ടുനേംകൊണ്ടേ ഞാൻ പോവൂ."

"നീയതിനെ എങ്ങനെ കൊണ്ടുപോകുമെന്നു പറയ്."
കാർത്തു ദേഷ്യഭാവത്തിൽ ചോദിച്ചു.

"ടാക്സിക്കാറിൽ കൊണ്ടുപോയാലെന്താ?"

"നീയെന്താണീ പറയുന്നത്? ആലുവവരെ ടാക്സി പിടിച്ചു കൊണ്ടുപോകാൻ നിന്റമ്മേടെ കയ്യിൽ എവിടുന്നാ പണം?"

"അതൊക്കെ ചേച്ചി കൊടുത്തോളും. അമ്മ അതോർത്ത് വെഷമിക്കണ്ട."

അതിനിടയിൽ കൊച്ചമ്മ അകത്തുപോയി വീണ്ടും തിരിച്ചു വന്നു.

"കാർത്തൂ, കസ്തൂരിക്ക് ഒന്നും കൊടുക്കാതിരിക്കുന്നത് മോശമല്ലേ. അവളുടെ വിവാഹം കഴിഞ്ഞിരിക്കുകയല്ലേ. ഇതാ, മൂന്നു പവന്റെ സ്വർണ്ണക്കൊലുസാണ്. അമ്മയുടെ വകയായി മകൾക്ക് സമ്മാനിക്കാൻ കൊണ്ടുപൊയ്ക്കോളൂ."

കാർത്തുവിനെ കയ്യിലെടുക്കാൻ പറ്റിയ ഉപായം. കൊച്ചമ്മ യുടെ ബുദ്ധി ഏറ്റു. തോൽവിയുടെ അപമാനമോർക്കുമ്പോൾ മൂന്നു പവൻ അവർക്കൊരു നഷ്ടമല്ല.

കാർത്തു ആദരവോടെ ആ സമ്മാനം ഇരുകൈയും നീട്ടി വാങ്ങി. എന്നിട്ട് ബലമായി മല്ലിയുടെ കൈയിൽ പിടിച്ചുകൊണ്ട് മുന്നോട്ടു നടന്നു. മല്ലി ആവുന്നത്ര ശക്തിയുപയോഗിച്ച് പിന്നോട്ടു വലിഞ്ഞു.

"പൈലീ, പോയി മിട്ടൂനെ അഴിച്ചുകൊണ്ടുവന്ന് വല്ലതും കൊടുക്ക്." മല്ലി കേൾക്കാനായി കൊച്ചമ്മ ഉറക്കെ വിളിച്ചു പറഞ്ഞു.

മല്ലിയേയും വലിച്ചുകൊണ്ട് കാർത്തു അതിവേഗം കുന്നി റങ്ങിപ്പോകുന്നത് പൈലി മുകളിൽനിന്നുകൊണ്ട് നോക്കിനിന്നു. കോടമഞ്ഞ് വന്ന് അവരെ മറച്ചപ്പോൾ എന്തോ നഷ്ടപ്പെട്ടതിന്റെ അസ്വസ്ഥത പൈലിയുടെ മനസിനെ അലട്ടി. ബംഗ്ലാവും മുറ്റവും വിജനമായതുപോലെ. മടിച്ചുമടിച്ച് പൈലി മിട്ടുവിനെ അഴിക്കാ നായി പോയി.

റാട്ടപ്പുരയും കഴിഞ്ഞ് കാർത്തുവും മിട്ടുവും അര കിലോമീ റ്റർ ദൂരം പിന്നിട്ടിരുന്നു. പെട്ടെന്ന് പിന്നിൽനിന്ന് ഒരു ചങ്ങല കിലുക്കം. അവർ തിരിഞ്ഞുനോക്കിയപ്പോൾ കോടമഞ്ഞിനിട യിലൂടെ ഒരു അശ്വമേധത്തെപ്പോലെ മിട്ടു പാഞ്ഞുവരുന്നു. ഒരു കൊടുങ്കാറ്റിന്റെ വേഗതയിലാണ് അവന്റെ വരവ്. മല്ലിക്ക് സ്വന്തം

കണ്ണുകളെ വിശ്വസിക്കാനായില്ല. അവൾ സന്തോഷംകൊണ്ട്
വീർപ്പുമുട്ടി.

"സ്നേഹത്തെ ആർക്കും പിടിച്ചുകെട്ടാനാവില്ല. മിട്ടു പൈലി
പ്പാപ്പനെ വെട്ടിച്ച് കുതറിയോടിയതാവും. അല്ലെങ്കിൽ പാപ്പൻ
മനപ്പൂർവം കൈ അയച്ചതായിരിക്കും." കാർത്തു അഭിപ്രായപ്പെട്ടു.

വെയിലും മഴയുമെന്നപോലെ മല്ലിയുടെ മുഖത്ത് കണ്ണീരും
ചിരിയും മത്സരിച്ചുകൊണ്ടിരുന്നു.

നിമിഷങ്ങൾക്കുള്ളിൽ മിട്ടു അവർക്കിടയിലേക്ക് ഓടിയെത്തി.
മല്ലി ഇരുകൈകളും ചേർത്ത് അവന്റെ തല പിടിച്ചുയർത്തി.
എന്നിട്ട് ആ നെറ്റിയിൽ തെരുതെരെ മുത്തമിട്ടു. കോടമഞ്ഞ്
നനുത്ത തേരുമായെത്തി മൂവരേയും കൂട്ടിക്കൊണ്ടുപോയി.

www.ingramcontent.com/pod-product-compliance
Lightning Source LLC
Chambersburg PA
CBHW061347140726
47997CB00003B/1097